திகம்பர நினைவுகள்

தேவகாந்தன்

திகம்பர நினைவுகள் ● நினைவுப் பகிர்வுகள் ● தேவகாந்தன் ● முதல் பதிப்பு : ஆகஸ்ட் 2021 ● பக்கங்கள்: 128 ● வெளியீடு: ஆதி பதிப்பகம், 15, மாரியம்மன் கோயில் தெரு, பவித்திரம், திருவண்ணாமலை-606806 ● பேசி: 9994880005 ● *aadhipathippagam@gmail.com* ● *www.adavishop.in*

₹ 120

Thigambara Ninaivugal ● Memoirs ● Devakanthan ● © Devakanthan ● First Edition: August 2021 ● Pages: 128 ● Paper: 75 gsm NS ● Published by Aadhi Pathippagam, 15, Mariamman koil Street, Pavitram, Tiruvannamalai-606806 ● Mobile: 9994880005 ● aadhipathippagam@gmail.com ● www.adavishop.in ● Printed at CompuPrint, Chennai

₹ 120

ISBN 978-81-951794-0-4

8/2021/sno29/ap33/18.6/2/300

என் தந்தை
அமரர் சின்னப்பு குமாரசாமியின்
நினைவுகளுக்கு

நன்றி...

பதிவுகள்.கொம்
தாய்வீடு
ஆதி பதிப்பகம்

என்னுரை

இது சுயசரிதையல்ல; நான் தரிசித்த என் வாழ்வின் பக்கங்கள். புனைவற்ற வழியில் நான் கண்டது கண்டபடிக்கு என்னைத் திகம்பரமாய்க் காட்டுகிற எத்தனங்களும்.

இதற்காக நான் சொற்களை மட்டுமே தேடியிருக்கிறேன்.

இத்தேடல், என் வாழ்வின் நல்லதுகளைக் காணும் கொடியேற்றப் பயணங்களாக மட்டுமே எப்போதும் இருந்திடவில்லை. சிலவேளைகளில் அவை கழுவேற்றங்களாகவும் இருந்தன.

பள்ளிப் பிராயத்தில், பள்ளிக்கு வெளியிலான நிகழ்வுகளின் முக்கியமான நினைவுகள் இவை. இவையே என் வாசிப்பு, வாழ்க்கை, அரசியல் யாவற்றையும் திட்டமிடக் களமமைத்த முதல் காலவெளியுமாகும். அந்த வகையில், இவற்றின் முக்கியத்துவம் அளக்கவொண்ணா பிரமாண்டம் கொண்டது.

வசதி வாய்ப்பின், மீதிக் காலகட்டங்களையும் நினைத்து என்னைக் கழுவேற்ற நிச்சயம் விரைவில் முயற்சிப்பேன்.

தேவகாந்தன்

1

நீண்டு நெடும் பாம்பாய்க் கிடக்கிறது ஊரின் மக்கித் தெரு. சோளகம் சருகுகளை உருட்டிச் சென்றுவிட்ட கான்களில், புல்களும் புதர்களும் காய்ந்து கருகி, காற்றினால் அகற்றப்பட முடியாத சுள்ளிகளும் தடிகளும் தீ வைத்துக் கொளுத்தப்பட்டதுபோல் மீந்து கிடக்கின்றன.

யாழ்ப்பாணம், கிடுகு வேலிக் கலாசாரத்தைக் கொண்டிருந் ததாய்ச் சொல்லப்படுகிறது. கிடுகு வேலிக் கலாசார மென்பது மாற்றங்களை உட்புகவும், மரபின் இறுக்கங்களைத் தளரவும் விடாது முப்புற வேலிகளுள் வாழ்வு அடக்கிவைக்கப்பட்டதால் பெற்ற பெயர்தான்.

வேலிகளும் அங்கே எப்போதும் அச்சறுக்கையாய் இருந்தன. அடுத்தடுத்த வீடுகளின் ஆடு, மாடுகள் மட்டுமில்லை, கோழிகள்கூட தம் வளவுக்குள் வந்துவிடாதபடி 'பொறப்பற்றை' அலம்பல் வாங்கி வேலி அடைத்து வைத்தவர்கள் அந்தக் காலத்தில் இருந்தார்கள். அடுத்த வீட்டுக் கோழி தன் வளவுக்குள் வந்ததால், ஏச்சும் பேச்சுமாய் பின்னர் சண்டைகளிலுமாய் முடிந்த பல சம்பவங்களை நானறிவேன். வேலிக்கப்புறமாய் நின்றிருந்த பனையின் காவோலை, தன் வளவுக்குள் விழுந்து தென்னம்பிள்ளையை நசுக்கிற்றென்று கிராமக் கோடுகளில் வழக்குகளே நடந்ததை பெரியவர்களின் கதைகள் எனக்குக் கவனமாக்கியுள்ளன.

எவ்வாறிருப்பினும் வேலிகள், மறுக்கமுடியாத ஒரு நன்மையைச் செய்ததாய் உணரமுடிகிறது. அவை

மண்ணரிப்பைத் தடுத்தன. அவ்வவ் வளவுகளின் பசளைகளும், மண்ணின் கனிம வளங்களும் மழையில் அடித்துச் செல்லப்பட்டு ஒழுங்கைகளில் ஓடி, வாய்க்கால்களில் இறங்கி, வயல்களில் பரந்து, சிறுகடலில் சேர்ந்துவிடாது தடுக்கப்பட்டதை ஒரு பெருநன்மையாய் இப்போது காண்கிறேன்.

மக்கித் தெருவின் கிழக்குப் புறத்தில் மானாவளை வயல். அதனை அணைத்து நெடுங்கிடையாய்க் கிடக்கிறது பருத்தித்துறை - சாவகச்சேரி பஸ் ஓடும் கல் தெரு. பஸ் ஓடினால் பனையளவு உயரத்துக்கு மக்கி அடித்தெழும்பும். அது அடங்க அரைமணி நேரமாவது ஆகும்.

சாவகச்சேரியிலிருந்து பருத்தித்துறை முனைக்கு காலை, மதியம், மாலையென மூன்று வேளைகளில் பஸ் வந்து செல்லும். பஸ் நின்று பின் இரைந்துசென்ற சத்தத்தில், தத்தம் வீட்டுப் படலைகளில் சிலராவது கூடுவது, யார் பஸ்ஸிலிருந்து இறங்கிவருவதென விடுப்புப் பார்க்க மட்டுமில்லை. அதில் செய்திப்பரிமாற்றம் என்ற பெருநன்மையும் இருந்தது. வன்னிப் பகுதிகளிலிருந்து வருபவர்களிடம் மழை காணுமோ, வேளாண்மை எப்படி, கலிங்கு திறந்தாகிவிட்டதா என்பன கேட்டுத் தகவல்களும், புதினங்களும் பிடுங்குவார்கள் என் மக்கள். பத்திரிகை நடமாடாத கிராமத்தில் இதுதான் செய்திப் பரிமாற்றத்தின் மூலம்.

ஒருநாள் விடுப்புப் பார்க்கும் ஒரு ஆவல் உந்த, பஸ் இரைச்சலில் வாசலுக்கு ஓடிவந்த நான் மக்கித் தெருவின் கிழக்கு முனையைப் பார்த்தபடி அந்த மதியமணுகும் வேளையில் நின்றுகொண்டிருக்கிறேன். யார் யாரோ வருகிறார்கள். வெள்ளை வேட்டி, வெள்ளைச் சட்டை, வெள்ளைச் சால்வையுடன் ஓர் உயரமான மனிதரும் அவர்களுள்.

அவரை எனக்குத் தெரியும். நான்கைந்து மாதங்களுக்கு ஒருமுறையாவது வீட்டுக்கு வந்து சாத்திராதி விஷயங்களைப் பேசி முடித்துக்கொண்டு, அம்மாவுக்குக் கை பார்த்து பலன் சொல்லியபின் ஒரு ஜொக்கு நிறைந்த ஆட்டுப்பால் கோப்பியைக் குடித்துவிட்டு ஒற்றை முழுரூபாய் பெற்றுச் செல்கிற சாஸ்திரிதான் அது.

நான் அம்மாவை அழைத்துச் சொல்கிறேன்: 'அம்மா! சாத்திரியார் வாறார்.'

'வரட்டுக்கும், அதுக்கேன் நீ தந்தி குடுக்கிறாய்?'

அம்மாவின் அசட்டை என்னை ஆச்சரியப்படுத்துகிறது. அம்மாவுக்குச் சாத்திரிமேல் ஒரு காய்வு ஏறியிருக்கிறதென நான் எண்ணி முடிக்கையில், 'தங்கச்சி அருளுறாபோல கிடக்கு, ஏணையை ஆட்டிவிடு' என்கிறார், அம்மா. நான் விறாந்தையில் தொங்கிய ஏணையைச் சென்று ஆட்டுகிறேன்.

இரண்டு மூன்று மாதங்களுக்கு முன்னர் பிறந்த தங்கச்சி ஏணைக்குள் உறங்கிக் கொண்டிருக்கிறாள். சில வாரங்களாகத்தான் அம்மா வீட்டு வேலைகளை முழுதாகச் செய்ய ஆரம்பித்ததும். அவரது நொய்த உடம்பு தேற அந்தப் பேற்றில் நீண்டகாலமாகிவிட்டதென்பதை, வயதுபோன பெண்கள் வந்து பேசிவிட்டுப் போகையில் உதிர்த்த அனுதாபப் பேச்சுகளில் நான் கிரகித்திருந்தேன்.

'அம்மா!' சாஸ்திரியின் அழைப்புக் குரல்.

குசினிக்குப் பக்கத்தில் வாழை. அதற்குப் பக்கத்தில் அட்டாளை. அட்டாளையென்பது, கழுவிய பாத்திரங்களைக் கவிழ்த்துக் காயவைப்பதற்காக தடிகளில் கட்டிய உயரமான இடம். வாழைக்கு முன்னால் கிணற்றில் அள்ளிவந்திருந்த வாளித் தண்ணீரில் சட்டி பானைகளைத் தேய்த்தபடி அம்மா வாசலைத் திரும்பிப் பார்க்கிறார்.

அவரது முகத்திலிருந்த வெறுப்பு கொஞ்சம் மாறியிருக்கிறது. கொடுப்புக்குள்ளும் ஒரு சிரிப்பு குமிழ்ந்து கொண்டிருக்கிறது.

'வாரும், சாத்திரியார். நீர் எப்ப வருவிரெண்டுதான் பாத்துக்கொண்டிருக்கிறன்' என்கிறார்.

'ராசா, பாயை எடுத்து திண்ணையில விரிச்சு விடு.'

விறாந்தையில் ஏறிய சாஸ்திரி, முதலில் ஏணையை விலக்கி குழந்தையைப் பார்த்துவிட்டு பாயில் வந்து அமர்கிறார்.

சாஸ்திரி ஏணைக்குள் குழந்தையைப் பார்த்தது கண்ட அம்மாவின் முகம் முன்னரைவிட பிரகாசமாகி, ஒரு கேந்தியைக் கொளகொளக்க அடக்கிக்கொண்டிருக்கிறது. சாஸ்திரிக்கு அந்தக் காரணம் புரிந்திருக்கலாம். ஆயினும் அந்த முகமலர்ச்சியில் ஒரு மாற்றமில்லை.

எவரையும் வசியவைக்கும் பேச்சுண்டு சாஸ்திரிக்கு. தோற்றமும்தான். உயர்ந்த சிவந்த உருவம். நன்கு எண்ணெய் பூசி பின்னால் படிய வாரிவிடப்பட்ட நிறை வெள்ளித் தலைமயிர். ஏறுநெற்றியில் ஒற்றைக் கீற்றாகத் திருநீறு. நெற்றி மையத்தில் சந்தனப் பொட்டு. அதன் நடுவில் ஒரு குங்குமப்புள்ளி. எப்போதும் வெற்றிலை அதக்கிய வாய். அதனால் என்றும் சிவந்த சொண்டுகள். அகன்ற கரையுள்ள இந்திய வேட்டி. வேட்டிக் கரை நிறத்தில் முழுக்கைச் சட்டை. தோளில் சால்வை.

'கொழந்தை பொறந்து எத்தினை நாளாச்சும்மா?' சாஸ்திரி கேட்கிறார், பாயில் அமர்ந்திருந்தபடி.

அம்மா, தன் கவனம் பிசகாமலே இயத்துகளை சாம்பல் போட்டு விளக்கிக் கொண்டிருக்கிறார். பின் ஒருபோது நிறுத்திவிட்டு நிமிர்ந்து சாஸ்திரியை நேருக்குநேர்

பார்க்கிறார். அவரது கண்களில் இன்னும் கேந்தி ஒளிர்கிறது. பிறகு சொல்கிறார்: 'பிள்ளை பிறந்து இப்ப ரண்டு மாசம் முடியுது. ஆனா நீர் சொன்னமாதிரி ஆம்பிளப் பிள்ளையில்லை, சாத்திரியார்; நான் சொன்னமாதிரி பொம்பிளைப் பிள்ளைதான்.'

சாஸ்திரியிடமிருந்து பேச்சில்லை சிறிதுநேரம். பின்னர் சமாளித்துக்கொண்டு, 'அதனால என்ன, அம்மா? பொண்ணாப் பொறந்தாலும் அது ஆண் மூச்சோடதான் பொறந்திருக்கும். இருந்து பாருங்க, உங்களுக்கு இன்னொரு ஆம்பிளப் புள்ளயாத்தான் அவ இருப்பா' என்கிறார்.

'எல்லா இடத்திலயும்மாதிரி எனக்கும் கதை விடாதயும். இந்த விஷயத்தில நீர் சொன்ன சாத்திரம் பிழைச்சுப் போச்சு சாத்திரியார்' என்று அம்மா திட்டவட்டமாய்ச் சொல்லி மறுபடி சிரிக்கிறார்.

'பக்'கென்று மறைந்தது, சாஸ்திரியின் முகத்தில் கழற்றாத கர்ண கவசமாய் இருந்த புன்னகை.

தன் வேலையில் கவனமான அம்மா, மறுபடி நிமிர்ந்து சாஸ்திரியைப் பார்த்துவிட்டு அந்த அவரது சிதைவில் சிறிது இளகுகிறார். அந்த வித்துவ கர்வத்தின் பங்கத்தை ஐந்தாம் வகுப்புவரையே படித்த அந்த மனிதியினால், எப்படி அந்தளவு சுளுவாகப் புரிந்திருக்க முடிந்தது? சிறிதுநேரத்தில், 'சாத்திரியார், எனக்குச் சந்தோஷம்தான் பொம்பிளப்பிள்ளை பிறந்தது. பொம்பிளப்பிள்ள பிறக்க வேணுமெண்டுதான் நானும் நேந்துகொண்டு இருந்தனான். வயித்துக்குள்ள நுளுந்தினதிலயே என்ன பிள்ளையெண்டு எனக்குத் தெரிஞ்சிட்டுது. பிறந்தது பொம்பிளப்பிள்ளை யெண்டு தெரிஞ்சோடன, உம்மைத்தான் நினைச்சன். சரி, விடும். என்ரை ஆசை நிறைவேறியிட்டுது, அதுதான் எனக்கு முக்கியம்' என்று நிலைமையைச் சமாளித்தார்.

சாஸ்திரி கொஞ்சம் தெளிந்தார்.

அவர் வீட்டுக்கு வந்தால் எந்த வேலையையும் பாதியில் போட்டுவிட்டு ஓடிவருகிறவர் அம்மா. அன்றைக்கு கைவேலையை முடித்துவிட்டுத்தான் வந்து கோப்பி போட்டுக் கொடுத்தார். அதில் சாஸ்திரி கொஞ்சம் மனச் சமாதானம் அடைந்திருக்க முடியும்.

சிறிதுநேரத்தில் சாஸ்திரி கேட்கிறார்: 'மகன் இன்னிக்கு பள்ளிக்குப் போகலியோ?'

'எங்க, சாத்திரியார்? போன கிழமை முழுக்க படுத்த படுக்கை. நெருப்புக் காச்சல்மாதிரி சரியான காச்சல். அவரும் ரண்டுநாள் வேலைக்குப் போகாமல் பக்கத்திலயே நிண்டார். சின்னாஸ்பத்திரியில ஏலாமப் போய், யாழ்ப்பாணம் பியேசு டாக்குத்தரிட்ட கொண்டுபோய்த்தான் சுகமாச்சு. அதுவும் ஒரு மாயம்போலதான் நடந்திது. இதைப்பற்றி உம்மிட்டத்தான் கேக்கவேணுமிண்டு இருந்தன். இஞ்ச வேற ஆர் இதுகளைப் பேசுறதுக்கு?'

'பாரும், பிள்ளை இன்னும் காச்சல் மாறாமல் உழத்திக்கொண்டு கிடக்கிறான். போட்ட ஊசிக்கு கொஞ்சம்கூட சுகத்தைக் காணேல்ல. நான் பக்கத்தில படுத்திருக்கிறன். நடுச்சாமமிருக்கும். அப்பதான் கண்ணயந்தன்போல. அப்ப ஒரு கனவு. ராசா எங்கயோ நிண்டு விளையாடிறான். என்னென்னவோ மிருகங்கள் இந்தா பிள்ளையை மிதிச்சு மோதிறமெண்டு ஓடி வருகுதுகள். 'ஐயோ, என்ர பிள்ளை!'யெண்டு நான் கத்துறன். அப்ப திடுமன ஒரு ஆனை வந்து தும்பிக்கையில ஒரு கம்பை வைச்சு ஆட்டிக்கொண்டு குறுக்க நிண்டு அந்த மிருகங்களைக் கலைக்குது. நான் கண்முழிச்சுப் பாத்தா, பிள்ளை உழத்திறதெல்லாம் நிண்டு பேசாமல் கிடக்கிறான். மூச்சு சீராய் வந்துகொண்டிருக்கு. முகமெல்லாம் வேர்வை.

வேர்வையைத் துடைச்சுவிட நெத்தியைத் தொட்டா... நெத்தி பச்சைத் தண்ணியாய்க் குளிந்து கிடக்கு. பிள்ளைக்கு காச்சல் இல்லை.'

சாஸ்திரி வாய் நிறைய அட்டகாசமாய்ச் சிரிக்கிறார். 'நான் சொல்லலியா, உங்களுக்கு வாலாயமான சாமி கணபதிதான்னு? அந்தச் சாமிதான் ஆனை உருவத்தில வந்து உங்க மகனைக் காப்பாத்தியிருக்காரு.'

'மெய்யோ!' என்று அம்மா பரவசப்பட்டு கண்கலங்குகிறார்.

'முருகா... முருகா'வென்று வாய் நிறையச் சொல்லுகிறவர் அம்மா. எந்த இட்டல் இடைஞ்சலுக்கும் அவருக்கு 'அப்பனே முருகா!' என்றுதான் வரும். அன்றைக்கு அவர் 'பிள்ளையாரப்பா' என்றும் சொல்லத் தொடங்கினார்.

அந்த உரையாடற்கணத்தில் நான் அங்கனதான் நின்றிருந்தேன். அந்த உரையாடலும், யானை கம்பை ஆட்டிய அம்மாவின் அபிநயமும் இன்றும் என்னுள் அழிந்ததில்லை.

யானையும் கடவுளும் என் மனத்தில் பின்னமற இணைந்து பதிந்துவிட்டன. புத்தகங்களில் யானைப் படங்களை மிக விருப்போடு பார்க்க ஆரம்பித்தேன். ஔவையார் சினிமாவில்தான் நான் முதன்முதலாக அசையும் யானை பார்த்தது.

யானையைக் காண்பதற்காகவே காடு பார்க்கிற ஆசை எனக்குள் உருவாகியிருக்க வேண்டும். கொஞ்சம் வளர்ந்த பின் காடு சென்ற ஒருநாள், ஒரு காட்டானையைப் பார்க்கவும் செய்திருந்தேன்.

ஆனையென்கிற சொல் என்னுள் ஏறிநின்று செய்த மிகப்பெரும் அட்டகாசம் அன்றுதான் ஓய்வுகொண்டதாகச் சொல்லமுடியும்.

2

ஒருகாலத்தில், எங்கள் கிராமத்தில் குழைக்கடை நடக்காத காலப் பகுதியிலும் குழைக்கடைச் சந்தியென்று பெயர் கொண்ட ஓரிடம் இருந்தது.

மார்கழி மாதக் கடைசியில் குறிப்பாக, பள்ளிக்கூட மூன்றாம் தவணை விடுமுறை விட்டதும், குழைக்கடை தொடங்கும். கடையென்றால் விற்கிறதல்ல, வாங்குகிற கடை. தென்மராட்சியைக் குழைக்காடு என்று நெடுங்காலம் சொல்லிக்கொண்டு இருந்தார்கள். நெடுமரங்களும், வேலி மரங்களுமாய் குழைசெறிந்த பூமியாகவே நிலம் இருந்ததில் அந்தப் பெயர். வடமராட்சியின் செழிப்பான விவசாயத் துக்காக யூரியா போன்ற இரசாயன பசளையினங்கள் இல்லாத அக்காலத்தில், பனையோலையும் மாட்டெருவும் குப்பையும் வீடுதோறும் சென்று வண்டி வண்டியாக வாங்கியதுபோல குழையும் வாங்கினார்கள். குழை வாங்குவதற்கான மத்திய ஸ்தானம்தான் குழைக்கடை.

நெடுவாகக் கிடந்த பருத்தித்துறை வீதியை அம்பலவன் துறை வயலிலிருந்து தொடங்கி கல்வயல் வரை சென்றிருந்த மணலொழுங்கை ஊடறுத்துக் கிடந்த சந்தியில், முதிர்ந்த ஒரு ஆலமரத்தின் கீழே அது கூடியது. பூவரசு, சீமைக்கிளுவை, வேம்பு, பாவெட்டை, அன்னமுன்னா, கிலுகிலுப்பை, மஞ்சவுண்ணாவென்று வீட்டுமரக் குழைகளும், கொய்யா, கிஞ்ஞா ஆகிய காட்டுமரக் குழைகளும் கட்டுக்கட்டாக அங்கே கொண்டுவந்து காலை

ஏழு, எட்டு மணியிலிருந்து ஒன்பது, பத்து மணிவரையான அத்திறந்தவெளிக் கடையிலே விற்கப்பட்டன. பசியறுத்துத் திரிந்த காலம், கைமாற்றுக் கடன் தொலைத்த காலமென அக்கிராமத்து வாழ்வில் குழைக்கடை பெரும் சம்பவங்களை நிகழ்த்தியது.

சிலவேளைகளில் குழையேற்றும் வண்டில்கள் மழை கருதியோ, வேறு காரணத்தாலோ வராது நின்று விடுவதனால், குழை வாங்க வண்டில்கள் வந்திருக்கும் பனிப்புகை புலர்ந்திராத நாளின் அதிகாலையில் 'குழை கொண்டு வா, குழை... குழை கொண்டு வா, குழை' எனச் சந்திகள்தோறும் நின்று பெருந்தொனியெடுப்பார், வீரகத்தி.

வீரகத்திக்கு ஒரு கால் ஊனம். தாண்டித் தாண்டித்தான் நடப்பார். என்ன குழையென்று பார்த்து, கை பிடித்துத் தூக்குகையிலேயே அதன் கனதியைக் கணித்து விலை குறிப்பது அவர்தான். பாரத்துக்காகப் பச்சைத் தடிகளையும் சேர்த்துக் கட்டாக்கியிருப்பதை அந்தக் கைப்பிடியிலேயே கண்டுபிடித்துவிடுகிற அபார திறமையிருந்தது வீரகத்தியிடம்.

ஒரு சதம், இரண்டு சதமெல்லாம் பெரிய தொகை அக்காலத்தில். அதற்கு முந்திய தலைமுறையில் அரைச்சதம், கால்சதம்கூட பாவனையில் இருந்திருப்பதனை அக்காசுகளைப் பெரியவர்களின் 'கொட்டப்பெட்டி'க்குள் கண்டதில் எனக்கு நிச்சயம்.

வீட்டுமரக் குழை விற்பனை பெரியவர்களுக்குச் சேர்கிறதென்றால், காட்டுமரக் குழைகளான கொய்யாவும் கிஞ்ஞாவும் விற்கும் சில்லறை சிறுவர்களுக்கு. இனிப்பு, டப்புறு, தும்பு முட்டாஸ், தண்ணீர்ப் படம் என்பனவற்றில் பலரும் அதில் பெரும்பகுதியைச் செலவழிப்பார்கள். மீதி

'காசு கட்டு' விளையாட்டில்தான் செலவாகும். அக்காலத்தில் 'போளை அடி'யும் அதிகமாக இருக்கும். அது வெளிவெளியாக வீட்டு முற்றத்திலும், ஒழுங்கைகளிலும் நடக்க, காசு கட்டுதலென்பது ஒரு சூதுபோல பெரியவர்களின் கண்கள்படாத மறைவிடங்களில் நடந்துவந்தன.

குழைக்கடை காலத்தில் மட்டுமே இதை விளையாடியதற்கு சிறியவர்களிடத்தில் அக்காலத்தில் நிலவிய காசுப் புழக்கமே காரணமென்று கொள்ளலாம். மற்றபடி, ஒரு சதத்தை சாதாரணமாகப் பெரியவர்களிடமிருந்து சிறுவர்களால் பெற்றுவிட முடியாது. அதுவும் காசுகட்டி விளையாட வென்றால் முடியவே முடியாது. ஒரு அவுன்ஸ் சீனி ஒரு சதத்துக்கு வாங்கலாம் அப்போது.

வீரகத்தியோடு எனக்கு நல்ல அறிமுகமுண்டு. எங்கள் பலசரக்குக் கடையில் வியாபாரச் சில்லறை எடுப்பதற்காக அவர் வீட்டுக்கு அதிகமும் வருவார். வீரகத்தி, சில்லறை வாங்க வருகிற நேரங்களில் ஒரு சதம், இரண்டு சதங்களின் எண்ணிக்கை என்னதாகவே இருந்திருக்கிறது. என் எண்ணிக்கையும் எப்போதும் பிழைத்ததில்லை.

என் சிறுவயதுக் காலத்துக்குப் பின்னால் குழைக்கடை நடக்கவில்லை. அந்தளவில் யூரியா போன்ற இரசாயன உரங்கள் பாவனைக்கு வந்திருந்தன. இயற்கைப் பசளையினால் விளைந்த காய்கறியின் சுவையான சமையல் பிற்பாடு இல்லாமலாகிப்போனதன் எல்லையாகவும் அது ஆகிப்போயிற்று.

3

குழைக்கடைச் சந்தியில், குழைக்கடை நடக்கும் இடத்தின் எதிர்மூலையில் முதிர்ந்த ஒரு வாகைமரம் நின்றிருந்தது. அந்த மரத்துக்கு அருகே ஒன்றரை அடி உயரத்தில் ஒரு மைல்கல். அதில் பன்னிரண்டு என்ற எண் இருந்ததாக ஞாபகம். அங்கிருந்து எந்த இடத்துக்கான தூரம் பன்னிரண்டு மைல் என எப்போதும் நான் அறிந்ததில்லை. ஆனால் அந்த மைல்கல்லும், எல்லையைப் பிய்த்துக்கொண்டு வளவுக்குள் நுழைந்திருந்த வாகை மரமும், அந்த வளவுக்குள் இருந்திருந்த வீடும், அந்த வீட்டு மனிதரும் நெடுங்காலத்துக்கு என் மறக்கப்பட்ட ஞாபகங்களிலிருந்த ஆழ்நினைவுகள்.

அந்த வீட்டு மனிதரின் பெயர் சின்னப்பு என்பது, என் மனச்சிலையின் எழுத்தாகவிருந்தது. எனது ஐயாவோடு மிகப் பழக்கமானவர். சீவல் தொழிலாளியாய் இருந்தார். இருந்தாலும் தங்கள் வளவிலுள்ள மரங்களிலேயே கள்ளிறக்கி தொழில் செய்தவர்.

நீண்டகாலம் அவரது நினைவு என் நெஞ்சத்திலிருப்பதற்குக் குடுமி வைத்தும், காதுகளில் சிவப்புக்கல் கடுக்கன் போட்டும், மிகச் சிவந்த உடம்போடும், தீட்சண்யமான பார்வையோடுமுள்ள அவரது உருவமே முதல் காரணம் என்பதில் ஐயம் இல்லை. அவர்போல அவ்வளவு தீட்சண்யமான கண்கள் கொண்டவரை நான் என்றும் கண்டதில்லை. நிறைய பேசாதவரும் அவர். அந்தத்

தோற்றம் ஒரு மலைப்பையே இன்னும் தந்து கொண்டிருக்கிறது.

ஊரில் பெரும்பாலும் இல்லாதவிதமாக அவருக்கு இரண்டு குடும்பங்களிருந்தன. கிட்டக்கிட்டவாகவே. ஊரில் அதன் சாத்தியப்பாடெல்லாம் எனது அக்கறையில்லை. ஆனால் அந்த இரண்டு குடும்பங்களையும் காபந்து பண்ணுமளவிற்கு அவருக்கிருந்த பெரும் காணி எனக்கு வியப்பு. தேங்காய், மாங்காய், முருங்கைக்காய் விற்றும், கள்ளிறக்கியும் இரு குடும்பங்களைப் பராமரிக்கிற அளவுக்கு அந்தக் காணி பெரிதாயிருந்தது. ஏறக்குறைய அந்தப் பகுதியிலே பெரிய வளவுடைய கல்வளவு ஐயரின் நிலத்துக்கு நிகரானதாக அவருடையதைச் சொல்லலாம். தாழ்த்தப்பட்ட சாதியைச் சேர்ந்த ஒருவருக்கு அந்தளவு பெரிய நிலம் கிடைத்திருப்பது அசாதாரணம்.

இன்னுமொரு புதுமையாக அவரது வீடு. சிமெந்து நிலமும், சுண்ணாம்புச் சுவர்களும்கொண்ட பெரியவீடு அவரது. அம்மாதிரி வீடுகளை அரிதாகவே கிராமங்களில் கண்டிருக்கிறேன். நல்லூர் ராஜதானி காலத்து மந்திரியின் வீட்டின் கம்பீரத்தில் பாதியளவையாவது அது கொண்டிருந் திருக்குமென இப்போது நினைக்கத் தோன்றுகிறது. அதன் முகப்பில் அமைக்கப்பட்டிருந்த பொழிகல் வேலைப்பாடு களும் இதையே தெரிவித்தன.

இவை எல்லாவற்றிலிருந்தும் சரித்திரம் மேலும் மேலும் அறிகையாக என்னால் ஒரு முடிவுக்கு வரமுடிந்தது. சின்னப்புவின் மூதாதையர், ஒரு அரச காரியத்தையே செய்துவந்திருக்கிறார்கள் என்பதே அது. சின்னப்புவின் தோற்றமும் ஒருவரை வேறுமாதிரி முடிவுக்குக் கொண்டு வராது.

இன்றைக்கு அந்த ஊரில் அவரின் வாரிசுகள் சிலர் தவிர மீதிப்பேர் புலம்பெயர்ந்திருக்கின்றனர். இல்லாவிட்டால் இந்தக் குடும்பத்தைப்பற்றி நிறையவே அறிந்திருக்க முடியும். ஒரு வரலாற்றுக் கதை அந்தக் குடும்பத்துள் மறைந்திருப்பதாக இன்றும் நம்புகிறேன். அந்தத் தேடலை தொடரமுடியாதிருப்பது என் துக்கங்களில் ஒன்று.

இன்னொருவகையான நினைவின் பரப்பையும் என்னுள் இந்த இடம் கொண்டிருக்கிறது. இந்த வளவின் மூலையில் வாகை மரம் வேலி பிரித்திருந்த இடத்து மைல்கல்லில் அமர்ந்திருந்த வேளையிலெல்லாம், அந்த மெல்லிய மாலையில் நான் கேட்டது அந்த வீட்டு வானொலியிலிருந்து கிளர்ந்து வந்த இனிய கீதமாயிருந்தது.

மாலை மூன்று மணியிலிருந்து ஆறு மணிவரை சினிமா பாடல்களாகவே ஒலிபரப்பியது இலங்கை வானொலியின் வர்த்தக சேவை. 'ஔவையார்' படத்திலிருந்து 'பாதாள பைரவி' ஊடாக 'தேவதாஸ்', 'சதாரம்', 'பராசக்தி'யென பாடல்கள் ஒலிபரப்பாகும். கேட்டுக்கேட்டு பாடல்கள் எனக்கு மனப்பாடமே ஆகியிருந்தன.

ஆனாலும் சேர்ந்தும் பிரிந்துமிருந்த அந்தச் சீர்களினாலும், சில சொற்களினாலும் பாடல்களின் அர்த்தம் விளங்காது அந்த வயதில் குழப்பமே அடைந்திருந்தேன். உதாரணத் துக்கு ஒரு பாடல்: 'சந்தோ... ஷம்தரும்... சவாரி போவோம்... சலோ... சலோ!'

இந்த 'சந்தோ' என்பதென்னவென்றோ, 'ஷம்தரும்' என்னவென்பதோ எனக்கு அப்போதெல்லாம் தெரிந்திருக்கவேயில்லை.

இன்னொரு பாட்டு: 'ஓ... ரசிக்குஞ்சி... மானேவா... ஜொலிக்கும் உடையணிந்து... களிக்கும் நடனம் புரிவோம்...'

இதில் 'ரசிக்குஞ்சி' என்பதோ, 'மானேவா' என்பதோ என் அறிகைக்கு அடங்கி வரவில்லை.

ஆறு அல்லது ஏழு வயதில் ஏற்பட்ட இந்தப் புரியாமைதான், சொல் தேடும் முயற்சியிலான என் முதல் மொழிப் பயணமென இப்போது தோன்றுகிறது.

எட்டு ஒன்பது வயதிலே, 'சந்தோஷம் தரும் சவாரி போவோம்' என்பதுவே இசைக்காகச் சொல் பிரிந்து 'சந்தோ... ஷம்தரும்' எனப் பாடப்பட்டதென்றும், 'ஓ... ரசிக்கும் சீமானே... வா' என்பதுவே 'ஓ... ரசிக்குஞ்சி... மானேவா' எனப் பிரிந்திருந்ததென்பதும் என் சொல் சார்ந்த முதல் கண்டடைவுகளாய் இருந்தன.

இவற்றை நான் அந்த முதிர் வாகையின் கீழுள்ள மைல் கட்டையில் அமர்ந்திருந்தபடி சின்னப்பு வீட்டு வானொலியில் கேட்ட ஞாபகமெல்லாம், சின்னப்புவின் நினைவாகவேதான் வருகிறது. அதுபோல் சின்னப்பு பற்றிய நினைவெல்லாம் சொல்பிரிந்த பாடல்களினால் நான் பொருள் புரியாது திகைத்த காலத்தைச் சொல்லி நிற்கின்றது.

'மாங்காய்ப் பாலுண்டு மலைமேல் இருப்பவர்க்கு, தேங்காய்ப் பால் ஏதுக்கடி'யென்றும், 'சொர்ப்பன வாழ்வில் மகிழ்ந்து சுப்பிரமண்ய சுவாமி உனை மறந்தேன்' எனவும் காலைகளில் கனிவோடும், 'தாமரைப் பூத்த தடாகமடி' யென்ற தண்டபாணி தேசிகரின் பாடலைப் போதையாகிய இரவுகளிலும் ஐயா சிலவேளை நீட்டி நீட்டிப் பாடுவார். பெரிய சங்கீத ஞானமெதுவும் அவருக்குக் கிடையாது. கேள்வி ஞானத்தில் பாடுகின்ற முயற்சி. சுமாராகவே இருக்கும். றேடியோ கேட்பதின்மூலமாகவே அதை அவர் அடைந்திருப்பாரோவென சிலவேளை எண்ணியிருக்கிறேன்.

அதையும் சின்னப்பு வீட்டு றேடியோவில் கேட்டிருக்கவே சாத்தியமுண்டு.

இலங்கை வானொலியில் ஒருபோது வடமாகாண சங்கீதப் பாடகர் குழந்தைவேலு பாடப்போகிறாரென ஐயா போன்ற சிலரிடையே இரண்டு மூன்று நாட்களாக ஒரு பேச்சும் பரபரப்பும். அதைக் கேட்பதற்கு றேடியோவிருந்த ஒரு வீட்டிற்கு ஏறக்குறைய ஒரு கட்டை தூரத்தை வயல்வெளியில் நடந்துபோய் பாட்டுக் கேட்டு வந்தார்களென்பது எனக்கு இன்னும் நினைவிருக்கிறது.

அவ்வகையான ஐயாவின் பாடல்களும், 'உற்றார் எனக்கு ஒருபேரும் இல்லை, உமையாள் தமக்கு மகனே, வித்தாரமாக மயில்மீதில் ஏறி வரவேணும் எந்தன் அருகே' என்ற அம்மாவின் வெள்ளிகளின் பரவசக் கூவல்களும் பள்ளிப் பாடங்களை விடவே என் மனத்தில் ஆழமாய்ப் பதிவிறங்கின.

ஆம், சொல்லின் தேடல்களினூடாகவே என் இலக்கியப் பயணத்தின் முதலடி எனையறியாமலே விழுந்திருக்கிறது.

4

பனி புகட்டினால், மழையிலே நனைந்தால், வெய்யில் பட்டால், தூசிக்குள் நின்றாலென எதற்குமே தும்மல் வந்து, தடிமனாக்கி, காய்ச்சலும் இருமலும் பிடித்து படுக்கையில் விழுத்திவிடுகிற ஒரு நோஞ்சான் பிள்ளையாகவே என் சின்னவயதுக் காலம் இருந்திருக்கிறது.

அதனால் அண்டை அயல் வீடுகளிலே போய் விளையாட என்னை ஒருபொழுதும் பெற்றோர் அனுமதிக்கவில்லை. சாதிபற்றிய காரணம் பெரும்பாலும் இரண்டாம் தரத்ததாகவே அது விஷயத்தில் இருந்ததாய்த் தோன்றுகிறது. எப்படி அது நிகழ்ந்ததென்பதை இப்போது நினைத்துப் பார்ப்பது இதந்தருவதாய் மட்டுமன்றி, நிலவிய சாதி கடந்த சுமுகநிலையின் ஆதாரம்பற்றி அறிய ஒரு வாய்ப்பாகவும் உற்றிருப்பதாய்க் கொள்ளலாம்.

பள்ளி செல்லும் பிள்ளைகள் தவிர, என் அயலில் பெரியவர்கள் யாரும் ஒரு தேவைக்கென பென்சில் கொப்பி எடுத்து நான் கண்டதில்லை. ஆனால் மை எழுத்தை அழிப்பதற்கும், பென்சில் எழுத்தை அழிப்பதற்குமென ஒரு பாதி நீலமும் மறுபாதி வெள்ளையும் கொண்ட அழிறப்பர்கூட அம்மா தனக்கென வைத்திருந்தார்; கொப்பி வைத்திருந்தார்; பிய்ந்து இரண்டாய்ப்போன ஒரு அழிறப்பரும்கூட இருந்தது. கிராஞ்சியில் பூந(க)ரியில் வட்டக்கச்சியில் இருந்த தம் மகன்களுக்கு, சகோதரங்களுக்கு அல்லது கணவர்க்கு வீட்டுநிலை

22 ❁ தேவகாந்தன்

அறிவிக்க கடிதமெழுதித் தரும்படி அஞ்சலட்டையோ அல்லது கடித உறையும் முத்திரையுமோ கொண்டு அம்மாவிடம் வரும் பல தாயாரை, பெண் சகோதரங்களை, மனைவியரைக் கண்டிருக்கிறேன்.

அவர்களில் மனைவியரது முகங்கள் கொண்டிருக்கும் பல்வகை உணர்வூற்றுகளில் என் கவனம் பதிந்தது அதிகம். சிலமுகங்களில் அதுவே இறுதித்தகவல் என்பதுபோல ஒரு கோபம் இருந்திருக்கும். அந்தத் தகவலறிக்கையாவது கணவர் மனத்தை மாற்றாதாவென்ற கவலைகொண்டனவாய் சிலமுகங்கள் இருந்திருக்கும். பிள்ளைகளின் நிலையையோ, வீட்டு நிலைமையின் விவரிப்பையோகூட ஒரு திருமணச் சடங்கிற்கான அழைப்பின் குதூகலமெழச் சொல்வதுபோல் சிலமுகங்கள் பூத்துப்போயிருக்கும்.

'கடதாசி' எழுதுவதற்கு சொல்பவர், எழுதுபவர் ஆகிய இரண்டுபேரின் மனங்களுக்கும் இயைபான ஒரு வேளையுண்டு. பெரும்பாலும் மதியச் சமையலின்முன்னான பொழுதாகவே அது இருந்தது. அவ்வாறு யாராவது கடதாசி எழுத வந்துவிட்டால் நான் அனுபவிக்கும் சுகம் அலாதியானது. படுக்கையில் கிடந்திருந்தால் நோய்கூட மறந்துவிடும். எத்தனை எத்தனைவகையான உணர்வுக் கோலங்கள்! பிள்ளைகள் பசி தாங்கமுடியாமல் கதறுவதிலிருந்து, கடன்காரர் தொல்லைகளும், சும்மா ஒருக்காப் பாக்க எழும் ஆசைகளும் வரை வாய்வரத் தயங்கும் எத்தனையோவகை காரணங்கள் அங்கே விளங்கப் படுத்தப்பட்டன! உணர்வுகள் யாவும் உரையாடல் களிலேறியே வெளிவந்தன. கண்ணீர், சிரிப்பு, வெட்கமென எத்தனை எத்தனைவகையான உணர்வின் அலையடிப்புகள் அதில்!

எல்லாவற்றையும் கேட்டபிறகு அம்மா கடிதம் எழுதுவார். அக்கதைகளில் பாதியையாவது அம்மா அயற்பேச்சுகளில்

ஏற்கனவே அறிந்திருப்பார்போலும். பழைய புதிய ஞாபகங்களிலிருந்து விவரங்கள் சந்தேகமற அடுக்கப் பட்டபின் அஞ்சலட்டை அல்லது கடிதம் உடனடியாக வடிவம்பெறும்.

ஆரம்பத்தில் 'உ' என பிள்ளையார் சுழிபோட்டு அம்மா எழுதத் தொடங்கினால், நான் அம்மாவின் உணர்வுகள் சுழித்தோடும் முகத்தையே பார்த்தபடி இருப்பேன். கதை சொன்னவர் ஒரு வாய் வெற்றிலை போட்டு நாலு தரம் துப்பலை வேலியோரம் சென்று துப்பிவிட்டு வந்து அமர்வதற்குள் கடிதத்தை எழுதி முடித்துவிட்டு அம்மா எழுதியதை முழுவதுமாய் வாசித்தும் காட்டுவார். அதுதான் எனக்கு முக்கியமான தருணம். சொல்பவர், எழுதுபவர் ஆகிய இருவருக்குமிடையிலான உரையாடல்கள் மூலம் நான், சொல்பவர் கதையைச் சரியாக விளங்கிக் கொண்டிருந்தேனா என்பதை நானே என்னைப் பரீட்சிக்கும் களமாகவே அது இருந்திருக்கிறது.

வாசித்து முடிந்த பின், 'எல்லாம் சரியா எழுதியிருக்கிறனோ, ஒண்டும் தவறேல்லையோ'வென திரும்பத் திரும்பக் கேட்டு அவர்கள் உறுதி பெற்றபின், 'என்ன பேர் போட' என்ற அடுத்த கேள்வியிலும் ஓர் உணர்வலையடிப்பு நிகழும். பின் அம்மா முகவரி எழுதுவார். பெயரும் ஊருமான முகவரியென்பதால் அம்மாவுக்கு அவை ஏற்கனவே தெரிந்திருக்கும்.

அம்மா சொன்ன பாரதக் கதைகள், ராமாயணக் கதைகள், கந்த புராண, பெரிய புராணக் கதைகள், நல்லதங்காள் கதை சுவையோடெனினும் அவரின் ஞாபக அடுக்கிலிருந்து மறதிகளைப் புனைந்துகொண்டு கிளம்பியிருந்தன. அப்போதைய கதைகளோ, நிகழ்வின் வலிகளிலிருந்து பிறக்கின்றன. அந்த வித்தியாசத்தை என்னால் உணர முடிந்திருந்தது.

அம்மாவிடம் நான் கதை கேட்ட காலம் இருந்தது. அம்மாவின் தாயாருக்கு வீடு கந்தரோடையில். தாத்தா புகையிலை வியாபாரத்துக்குக் கண்டி பயணமாக, இங்கு வந்து தங்கிநிற்கும் நாட்களில் பாட்டியும் கதை சொல்லியிருக்கிறார்கள். பாட்டி சொன்னவை பெரும்பாலும் 'வடையும் காகமும்', 'சிங்கமும் முயலும்' போன்ற கதைகள். ஆனால் அம்மா சொன்னவை அதற்கு அடுத்த பருவத்திற்கான நல்லது கெட்டதுகள் பற்றிய புராண, இதிகாசக் கதைகள். இப்போது நான் அறிவது, சமூகத்தின் நியாயமின்மைகளினதும் பஞ்சத்தினதும் கதைகள். அந்தப் பருவத்தில் அவ்வகை கதைகளை அவ்வகையான உணர்வுக் கொதிப்புகளுடன் கேட்பதற்கு உண்மையில் நான் கொடுத்துவைத்திருக்க வேண்டும். வெளிப்படையாகச் சிரிக்கும் இயங்கும் அந்த வாழ்வுகளுக்குப் பின்னால் எவ்வளவு கடினமான உணர்வுகளுள் அவர்கள் அமிழ்ந்தியிருந்தார்கள் என்பதைப் பத்து வயதுக்குள்ளாகவே அக்கதைகள் எனக்கு அடிக்கோடிட்டுக் காட்டின.

பதில் வராதென்று செய்தி அனுப்புபவர்களுக்குத் தெரியும். எழுதுவதற்கானதோ, எழுதினாலும் அனுப்புவதற்கான வசதிகளோ அவர்கள் வேலைசெய்யும் பெரும்பாலான ஊர்களில் இருப்பதில்லை. மேலும் எழுதப்பட்டவர் களுக்கும் பதிலெழுதத் தெரியாமலே இருந்திருக்க முடியும். வேறு யார்மூலமாகவோதான் அவற்றை வாசித்தறிந் திருக்கவும் வாய்ப்புண்டு. ஆளே பதிலாக வருவதுதான் நடைமுறை. அதனால் கடிதமெழுதி மூன்று நான்கு நாட்களின்பின் அவர்கள் ஆசையின் அலைகள் அடங்கி, மேனியெங்கும் அமைதி தளும்பத் திரிந்துகொண்டு இருப்பார்கள். விரைவில் பதிலை எதிர்பார்ப்பதாக எழுதக் கேட்கும் அந்தக் கணத்தில், அவர்களது முகத்தில் தோன்றும் நாணத்தின் சிலிர்ப்பை நான் எங்கேயும் கண்டதில்லை.

வறுமையின் கொடுமையினை அந்த வீடுகளில் முனங்கிய பசியின் குரலினால் அல்ல, அவர்களின் அந்த வார்த்தை களினாலேயே நான் அதிகமும் அறிமுகமாகினேன்.

அவ்வாறு அவர்கள் எதிர்பார்க்கும் கணவர்கள் வீடு வந்துவிட்டாலும், தங்கிநிற்கும் ஒரு வாரத்தில் ஐந்து நாட்களாவது அவர்களுக்குள் சண்டைதான் நடந்திருக்கிறது. இருந்தும் அதுவொரு பட்சம்நிறைந்த வாழ்வுதான். எப்படியோ சொற்களைத் தெரிந்துகொண்ட, மனித உணர்வுகளைப் புரிந்துகொண்ட காலமாக எனக்கு அது அமைந்துபோயிற்று.

ஊரின் எழுத்துத் தேவையை நிறைவேற்றிக் கொடுத்த என் அம்மா காரணமாய் குடும்பத்தின்மீதே அதுவொரு மரியாதையின் வளையமாக விழுந்திருந்தது. தாம் தாமுமாக சமூகப் பிரிவினைகளுக்கு ஓர் எல்லையை வகுத்துக்கொண்டு அவர்கள் நிலைமைக்குத் தக உறவாடினார்கள். மனத்தினையே போற்றினார்கள், உயர்வு தாழ்வு வகுத்த சாதியமைப்புபோன்ற எதனையும்விட. அதனால் முரண்கள் தாமாய் விலகிநின்றன.

இன்று நிலைமை எவ்வளவோ மாறிவிட்டது. சமூகங்களும் மனிதர்களும் மாறிவிட்டார்கள். ஆனாலும் மாறுவதற்கு முன்னாலும் அந்தச் சமூகத்தில் விழையத்தக்க சில குணநலன்கள் இருந்தேயிருக்கின்றன என்பதை யோசிக்கிறபோது சுகமாக இருக்கிறது. அவர்கள் தம் இடைவெளிகளைக் கடந்த சுளுவு ஆச்சரியம் தருகிறது.

மெய்யான அந்த உணர்வுகள் நீர்த்துப்போன இக்காலத்தை துக்கமாகவே உணர்கிறேன்.

5

நாங்கள் குடியிருந்த வீட்டிற்கு அண்மையில் இருந்தது, நடேசபிள்ளையின் வீடு. இடையிலே சில வீடுகளும், குடிமனையற்ற ஒரு பெரிய வெறுங்காணியும். அதை பாம்புக் காணியென்று யாரும் சொல்லாவிட்டாலும், பாம்புகள் ஊர்ந்துதிரியும் இடமென்ற பயம் மட்டும் அனைவரிடமும் இருந்துகொண்டிருந்தது. அந்தக் காணிக்குள் அழிநிலை எய்திய ஒரு கட்டுக்கிணறும், கால்நடைகள் வெளியிலிருந்து நீரருந்த சீமெந்தினால் கட்டப்பட்ட உடைந்த தொட்டியும், அதற்குக் கிணற்றிலிருந்து நீரிறைப்பதற்கான செடிகள் முளைத்த, வெடிப்புகள் விழுந்ததுமான சுமார் நூற்றைம்பது அடி நீளமான வாய்க்காலும் இருந்திருந்தன. வேலியோரத்தில் சில பனை மரங்களையும், புல் பூண்டுகளையும் தவிர காணி வெறுமை பற்றியிருந்தது.

நடேசபிள்ளையை ஊரிலே பெரியவர்கள் அழைப்பது போலவே நானும் நடேசு என்றுதான் குறிப்பிட்டு வந்தேன். அதை அவதானித்த ஐயாதான் ஒருநாள், நடேசு மாமாவென அழைக்கவேண்டுமென கண்டித்துவைத்தார். நடேசுவுக்கு என்னைவிட ஓரிரு வயது குறைந்த இந்திராணியென்ற சிவப்பான அழகிய ஒரு மகள் இருந்தவகையில், அவ்வாறு அழைப்பதில் புதிதானவொரு சொந்தம் உண்டாகிவிட்டது போன்ற எண்ணத்துடன் இந்திராணியையும் வேறான ஒரு பார்வையில் பார்க்கத் துவங்கிவிட்டேன். குடும்பத்தொடர்பு காரணமாய் எமது இரு குடும்பங்களுக்குமிடையே இருந்த

நெருக்கத்தில், என்னைக் காணும்போது இந்திராணி சிந்தும் புன்சிரிப்பில் எனக்குள் சினிமா பாடல்கள் ஒலிக்கத் துவங்கின. நான் கனவுகளில் நடிக்க ஆரம்பித்தேன்.

இவ்வாறான இனிய சூழ்நிலையில் ஒருநாள், பாரிய வெடிப்பொன்று விழுந்துபோனது.

அந்தக் கால கிராம ஒழுங்கைகள், மக்கி ரோடுகள்கூட, வெட்டுவீதியாக இருந்ததில்லை. மனிதர் நடப்பதற்கான, மாடுகளை வயல்வெளிக்குச் சாய்த்துச் செல்வதற்கான தேவைகளை நிறைவேற்றுமளவான விஸ்தீரணம் கொண்டவையாக மட்டுமே இருந்தன. அதனால் தோட்டங்களுக்கு எரு ஏற்றிவரவும், கிராமங்களில் பின்னப்பட்ட கிடுகுகளை ஏற்றிக்கொண்டு செல்லவும் நேரும் சமயங்களில் வண்டில்கள் பெரும் சிரமப்பட்டன. மூலையில் திரும்பும் சமயங்களில் அவை பெரும்பாலும் மூலை வேலிகளைப் பிய்த்தெடுத்தன. அதனால் வண்டில்கள் வேலிகளை நெருங்கிவிடாதபடி மூலைகளிலே கனமான கல்லைப் போட்டுவைக்கிற வழக்கம் உருவாகியிருந்தது. அவ்வாறு போடப்பட்ட கல்லே 'மூலைக் கல்' எனப்பட்டது.

எவ்வளவுதான் எடுத்துரைத்தாலும் மணல் ஒழுங்கைகளில் சைக்கிள் ஓட்டுவதற்குத் தேவைப்படும் சாமர்த்தியத்தை முற்றுமுழுதாக விளக்கிவிட முடியாது. அதிலான சாரதியம் மிகநுட்பமாகச் செய்யப்படவேண்டியது. சாத்தியங்கள் அறவேயற்று சைக்கிள்களை உருட்டிக்கொண்டு செல்ல வேண்டியதான சில இடங்களும் ஒழுங்கைகளில் அமைந்திருக்கும். அந்த சாத்தியமின்மைகளைக் கடந்து செல்ல முயன்றவர்கள் மணலில் சில்லுச் சுழித்து விழுந்த சம்பவங்கள் ஏராளம். மணலில் விழுவதால் காயமின்றித் தப்பிவிடுகிற வாய்ப்பைக் கொண்டு அம்மாதிரி சம்பவங்கள்

மறைக்கப்பட்டுவிட்டாலும், எப்படியோ அவை கண்டுபிடிக்கப்பட்டுக் கொண்டும் இருந்தன. எந்த இடத்திலும் தம் சாமர்த்தியத்தால் தப்பியவர்கள் ஒழுங்கை மூலைகளில் தம் சமநிலையிழந்து காலை ஊன்றிச் சமாளிக்கவாவது செய்திருக்கிறார்கள்.

சுருக்கமாக, மணல் ஒழுங்கைகள் மற்றவர்களின் சாரதியத்தைத் தம்மிஷ்டத்தில் தாமே நடத்தின என்று சொல்லமுடியும்.

இது பார வண்டிகளுக்கும் பொருந்தும். அதை மறந்த வண்டில்காரர் பலர் மூலைக்கல்லில் வண்டியையேற்றி பாரம் சாய்ந்து அல்லலப்பட்டிருக்கிறார்கள். மணல் ஒழுங்கைகளின் தன்மை மறந்தவர்கள் அவற்றால் பாடம் படிக்காமல் தவறியதேயில்லை.

ஐயாவுக்குப் போலவே நடேசு மாமாவிற்கும் இருளத் தொடங்குகிற நேரத்தில் கள்ளுக்கொட்டில் போகிற பழக்கமிருந்தது. அது வெறுமனே கள் குடிப்பதற்கான இடம் மட்டுமில்லை, அரசியல் செய்திகள், ஊர்ப் புதினங்கள் பரிமாறப்படும் இடமும்.

ஒரு அமாவாசை நாளில் கொட்டிலிலிருந்து சைக்கிள் ஓட்டிவந்த நடேசு மாமா ஒழுங்கையில் திரும்பும்போது, எங்களது வளவு மூலைக்கல்லில் இடித்து வேலி முட்கிளவையில் விழுந்து காயம்பட்டுப் போனார். பெரிய காயம்தான். கிளுவை முள் ஒரங்குல ஆழத்துக்குமேல் தோள்பட்டையைக் கிழித்துப் போட்டிருந்தது. உடனடியாக தம்பி ராசா பரியாரி வீடு போய் மருந்து கட்டிக்கொண்டவர், விடிந்தும் விடியாத காலை நேரத்தில் வந்து படலையில் நின்று கூப்பிட்டார்.

‘குமாரு, உன்ர வளவோட கிடக்கிற மூலைக்கல்லை பிரட்டிப் போடெண்டு எத்தினை தரம் சொல்லியிட்டன்?

நீயெண்டாக் கவனிக்கிறாயில்லை. நேற்று ராத்திரியும் உன்ர மூலைக்கல்லில இடறுப்பட்டு விழுந்து, காயமும் சரியாய்ப் பட்டுப்போனன். சைக்கிளும் இனி ஓடேலாத மாதிரி முன் சில்லு றிம்மும் வோக்கும் நெளிஞ்சுபோச்சு' என்றார் ஐயா, எழுந்து வர.

அது கேட்ட அம்மா வந்து அக்கறையோடு அவரது காயம்பற்றி விசாரித்தார். ஆனால் ஐயாவுக்கு அது சாதாரணமாய் இருந்திருக்கும். அந்த விடிகாலைப் பொழுதில் வந்தது எரிச்சலையும் ஏற்படுத்தியிருக்கலாம். மௌனமாய் நின்றிருந்தார்.

நடேசு மாமா மறுபடி கத்தினார்: 'சொல்லு, குமாரு. சும்மா வாயை மூடிக்கொண்டு நிண்டா…?'

அதுவரை வாய் திறவாது நின்ற ஐயா, பின் நிதானமாய்ச் சொன்னார்: 'நடேசு, அந்தக் கல்லை நான் கொண்டுவந்து அதில போடேல்லை. இந்தக் காணியை வாங்கி வரேக்கயே அந்த மூலைக்கல்லு அதிலதான் கிடந்தது. அதுவும் பூதம் காவிவந்து போட்ட கல்லுமாதிரி அந்தளவு பெரிய பாறாங்கல்லு. வெளியில தெரியிறது சின்னதெண்டாலும், மண்ணுக்குள்ள தாண்டு கிடக்கிறது பெரிசு. என்னால அதை பிரட்டிப் போட ஏலுமெண்டு நான் நெக்கேல்ல. வேணுமெண்டா நீயே பிரட்டிப் போடு.'

'அது உன்ர காணியின்ர மூலைக்கல்லு இல்லையோ பின்னை?' கோபத்தோடு நடேசு மாமா கேட்டார்.

'என்ர காணி மூலைக்கல்லுத்தான்.'

'வேற ஆரும் வந்து அதைக் கிண்டி வெளியில போட்டா நீ சும்மா விட்டிடுவியோ?'

'அதெப்பிடி, வேற ஆரும் வந்து கிண்டிப்போட ஏலும்?'

'அப்ப, போற வாற சனத்துக்கு இடஞ்சல் வந்துதெண்டா நீதான் அதைக் கவனிக்கவேணும்.'

கூட நின்றிருந்த நடேசு மாமாவின் மனைவியைப் பார்த்து, 'என்ன உங்கட ஆள் இண்டைக்கு இப்பிடி ஏடகூடமாய்க் கதைக்கிறார்?' என்றவர் மறுபடி திரும்பிக்கொண்டு, 'ஒழுங்கையில வடிவாய் சைக்கிளோடத் தெரிஞ்சிருந்தா நீ மூலைக்கல்லில போய் இடிச்சுக்கொண்டு விழுந்திருக்க மாட்டாய். உன்னைப்போல வேற ஆரும் வந்து இந்தமாதிரி என்னிட்டை குறை சொல்லிக்கொண்டு நிக்கேல்லையே, நடேசு' என்றார்.

நடேசு மாமாவுக்கு ஏறிவிட்டது. 'அப்ப... நீ அந்த மூலைக் கல்லை பிரட்டிப் போடமாட்டாய்...?'

நடேசு மாமாவின் காட்டம் ஐயாவுக்குப் பிடிக்கவில்லையென்று தெரிந்தது. அவரும் அதே தொனியில், 'என்னாலதான் ஏலாதெண்டு சொல்லியிட்டனே. ஏலுமெண்டா நீ போய்ப் பண்ணு' என்றார்.

சற்றுநேரம் மௌனமாக நின்ற நடேசு மாமா, 'சரி, அப்ப நான் பண்ணிக் காட்டிறன்' என்றுவிட்டு போய்விட்டார்.

அன்று மாலையே விதானை வீடு சென்று நடந்த சம்பவத்தை விளக்கி மூலைக்கல்லை அகற்றிவிட வேணுமென்று முறைப்பாடு கொடுத்துவிட்டார் நடேசு மாமா.

விதானையும் விதூஷகம் பிடித்த மனிசன். நடேசு மாமாவின் முறைப்பாட்டைக் கேட்டுவிட்டு, 'அதுசரி நடேசு, உன்ர முறைப்பாடு மூலைக்கல்லிலயோ, குமாரசாமியிலயோ?' என்று சிரித்திருக்கிறார். அதற்கு என்ன பதிலைச் சொல்லியிருக்க முடியும் நடேசு மாமா? பின்னர், தான் வந்து பார்த்து, என்ன செய்வதென்று முடிவெடுப்பதாகக் கூறி விதானை அவரை அனுப்பிவிட்டார். அதற்குப்

பின்னால் என்ன நடந்ததென்பது என் ஞாபகத்தில் பிடிபடவில்லை. ஆனால் அது தொடர்பில் முக்கியமான விஷயங்கள் ஏறக்குறைய ஒரு வருஷத்தின் பின்னாலே நடந்தன.

இரண்டு குடும்பங்களுக்குமிடையிலான போக்குவரத்து, கதை, பேச்சுகள் யாவும் அறுந்து போயிருந்தன. நடேசு மாமாவிடம் அப்போது சைக்கிள் இருந்திருக்கவில்லை. வேலைக்கும் நடையில்தான் போய் வந்துகொண்டிருந்தார். நடக்கிறபோதெல்லாம் அந்த மூலைக்கல்லும், ஐயாவின் காட்டமான உத்தரமும் அவருக்கு ஞாபகம் வராமல் இருந்திருக்காது. இரண்டு பகுதியாரின் பார்வைக் கடுமை யைக்கூட அந்த காலநீட்சி குறைந்துபோக வைக்கவில்லை.

அதுவொரு மாரி முன்னிராக் காலமாயினும், ரோட்டில் சிறிது நடமாட்டம் இருந்தது. வெளியே போய்விட்டு வீடு வந்துகொண்டிருந்த நடேசு மாமாவை எங்கள் காணியின் மூலைக்கல் முகரியில் பாம்பு கொத்திவிட்டது. வளவு மூலையில் எழுந்த சந்தடியில் ஐயா லாந்தருடன் சென்று பார்த்தளவில் நடேசு மாமாவின் உயிரே பிரிந்திருந்தது. ஏற்கனவே அந்த இடத்துக்கு வந்திருந்தவர்கள்தான் மூலைக்கல்லோடு கிடந்த பாம்பு கடித்துவிட்டு கிணற்றடிப் பக்கம் போனதென்று மாமா சொன்னதாகச் சொன்னார்கள்.

நடேசு மாமா வீட்டில் அந்தச் சம்பவத்தை எவ்வாறு உணர்ந்திருப்பார்களென்று வெறிச்சோடிப் பாய்ந்த இந்திராணியின் பார்வையிலிருந்தே புரிந்துகொண்டேன். மெல்லமெல்ல இந்திராணியின் மீதான என் சினிமாப் பாடல் கனவுகளும் மறைந்தன. நடேசு மாமாவின் மறைவு அம்மாவுக்குப் பெருந்துக்கம். 'அந்தச் சவத்து மூலைக் கல்லைப் பிரட்டிப்போட்டிருந்தால் நடேசண்ணை செத்திருக்கமாட்டாரெல்லோ?'வென்று சந்தர்ப்பம் கிடைத்த

போதெல்லாம் சொல்லி ஐயாவைச் சலித்தெடுத்துக்கொண்டு இருந்தார்.

2017ஆம் ஆண்டு நான் ஊர் சென்றபோது, ஒழுங்கை மூலையில் கிடந்த அந்த மூலைக்கல் கண்ணில் படவில்லை. தார் ரோடு போடுவதற்கு வீதியை விஸ்தரிக்க நேர்ந்ததில் எல்லைகள் விரிந்து அதன் தடத்தைக்கூட காண முடியாதிருந்தது. புரட்டிப் போட்டிருப்பார்களென்றும் சொல்லமுடியவில்லை. ஏனெனில், ஐயாவின் வார்த்தையில் அது பூதம் சுமந்துவந்து போட்ட கல்.

நான் அங்கிருந்து திரும்பிய பிறகு கண்ட எல்லாவற்றையும் மறந்தேன். ஆனால் காணாதிருந்த மூலைக்கல் மட்டும் நினைவில் மறையாமல் இருந்திருந்தது. அத்தோடு, அந்தக் கல்லோடு பெரும் ரகசியத்தில்போல் சுற்றிக் கிடந்து நடேசு மாமாவின் உயிர்குடித்த பாம்பும். பாம்பு நினைவாக பாம்புக் கிணறும், அதிலிருந்தே பாம்புகள் ஊற்றெடுப்பதாக மூத்தார் சடையன் சொன்ன கதையும் தொடர்ந்து நினைவுகிழித்து வெளிவந்தன.

ஒருநாள் மாலையில் அந்த இடத்தைக் கடந்துசெல்ல நேர்ந்த என் கண்களுக்கு ஒழுங்கைத் தொட்டிக்கு நீரிறைக்கும் பாண் கிணற்று வாய்க்காலுக்குள் ஒரு மினுமினுப்புத் தட்டியது. பாம்போ என்ற துணுக்கம் ஏற்பட்டு ஓடுவதற்கான உந்துதல் கிளர்ந்ததாயினும், சமீபத்தில் மூத்தார் சடையன் ஒழுங்கையோரத்தில் புல் செதுக்கிக்கொண்டிருந்த தெம்பில் துணிவை வரவழைத்து நின்று கூர்ந்து கவனித்தேன். அது பாம்பல்ல, வாய்க்கால் குழிக்குள் நீளக் கிடந்த பாம்புச் செட்டை. காற்றின் மெல்லிய அசைவுக்குத் தக நெளிந்துகொண்டு கிடந்தது.

எனது நீடிய நிலைப்பில் கவனமாகி, 'என்ன தம்பி பாக்கிறிர், பாம்போ?' எனக் கேட்டார் மூத்தார் சடையன்.

'பாம்பில்லை, சடையர்; பாம்புச் செட்டை.'

'அதிலயென்ன பாக்கக் கிடக்கு?'

'உதுக்குள்ள கிடந்த பாம்புதான நடேசு மாமாவைக் கடிச்சது? அதுதான், அந்தப் பாம்போண்டு...'

'உதுக்குள்ளயிருந்த பாம்புதான்.'

'உதுக்குள்ள புத்துமில்லை, பின்னை... பாம்பு எங்கயிருந்து வந்திது?'

'உதுக்குள்ள இருக்கிறதுகள் புத்துப் பாம்பில்லை, கிணத்துப் பாம்பு.'

'கிணத்துக்கு எங்கயிருந்து வரும்?'

'வெளியிலயிருந்து வராதுகள். அதுக்குள்ளயிருந்து ஊறுங்கள். வேற கிணறுகளில தண்ணி ஊறும். இந்தக் கிணத்தில பாம்பு ஊறும். மோன, பாம்பு பாக்கிறனெண்டு உள்ளபோய் கிணத்தை எட்டிகிட்டிப் பாத்திடாத.'

அந்தக் கிணற்றை நான் என்றும் எட்டிப் பார்த்ததில்லை. மூத்தார் சடையன் சொன்னபிறகு பார்க்கிற எண்ணமும் கொண்டதில்லை. பின்னால் பாம்புகள் கிணற்றில் விளைவதில்லையென்று தெரியவந்தபோதுகூட, மனத்துள் விழுந்துகிடந்திருந்த அந்தப் பயத்தை என்னுடைய அறிவின் எந்தக் கட்ட வளர்ச்சியிலும் புரட்டிப்போட முடிந்ததில்லை. இன்றும்கூட எப்போதாவது இருந்துவிட்டு ஒருநாள் கிணற்றுக்குள்ளிருந்து பாம்புகள் ஊறும் கனவு தோன்றிக் கொண்டே இருக்கிறது.

6

நான் ஆரம்பக்கல்வி கற்ற பள்ளிக்கு அப்போது 'கந்தர் மடம்' என்ற பெயர் இருந்தது. வீட்டிலிருந்து பள்ளிக்கான இடைத்தூரம் சுமார் ஒரு மைலுக்குச் சற்று குறைய இருக்கலாம். பள்ளி செல்வதற்கு மக்கி ரோட்டில் இறங்கி தார் வீதியில் ஏறிச்செல்கிற நேர்வழி ஒன்றும், ஒழுங்கையால் நடந்து வயலுக்குள் இறங்கி வாய்க்கால் கடந்துபோகிற குறுக்குப்பாதை ஒன்றுமாக இரண்டு பாதைகள் இருந்தன.

வீட்டிலிருந்து இறங்குவதற்கும் பள்ளி ஆரம்பிப்பதற்கும் இடையிலிருக்கும் நேரத்தைப் பொறுத்து இரண்டு வழிகளில் ஒன்று மாணவர்களின் தேர்வாகும். பெரும்பாலும் நான் இந்தத் தெரிவுமுறைக்குள் அகப்பட்டுக் கொள்வதில்லை. காலைகளில் தார் வீதியாகவும், மாலைகளில் வயல்வெளிப் பாதையாகவும் என் விருப்பம் ஏற்கனவே வடிவமைந்திருந்தது.

தார் வீதியில் அண்மையில்தான் இலங்கைப் போக்குவரத்துச் சபையின் பஸ்கள் ஓடத் துவங்கியிருந்தன. காலையில் மதியத்தில் மாலையிலென மூன்று வேளைகளிலும் பருத்தித் துறையிலிருந்து சாவகச்சேரிக்கு பஸ்கள் வந்துபோகும். என்றாலும் பள்ளிசெல்லும் காலைகளிளெல்லாம் அவற்றைக் காணும் வாய்ப்புக் கிடைத்துவிடுமென்றும் சொல்லிவிட முடியாது. என்போல பஸ் பார்ப்பதற்காகவே அந்தப் பாதையில் வரும் மாணவர்கள் சிலரை அறிவேன்.

பஸ்ஸை காணமுடியாது போகும் நாட்களில் அவர்களும் ஏமாற்றம் அடைவதில்லை. ஏனெனில் அதை எப்போதோவொரு நாளின் தரிசனமாய்க் காத்திருக்கவேணும் என்ற ரகசியம் எங்களுக்குத் தெரிந்திருந்தது.

முதலில் அதன் இரைச்சல்தான் வடக்கின் தொலைவெளியிலிருந்து மெல்லவாய்க் கேட்கத் துவங்கும். அது, பஸ் வரப்போவதன் ஒரு முன்னறிவிப்பு மட்டுமே. சிவப்பு நிறத்தின் அப்பேருருவைப் பள்ளிக்குள் நுழைவதன்முன் கண்டுவிடமுடியுமென்ற எந்த நம்பிக்கையையும் அந்த இரைச்சல் தந்துவிடாது. சந்திகளில் மட்டுமில்லை, வீட்டுப் படலைகளுக்கு முன்னால் நின்று கைநீட்டினாலும், ஒழுங்கையில் ஓடிவந்தபடி 'ஒல்டோன்... ஒல்டோன்' *(Hold Down)* எனக் கத்தினாலும்கூட பயணி வரும்வரை காத்திருந்து ஏற்றிச்செல்லும் பஸ் அது. அதனால் நின்று நிதானித்து கன்றுத்தாய்ச்சி எருமைபோல ஆடி அசைந்துதான் வரும்.

பெரிய பெரிய சில்லுகள்கொண்டு உயர்ந்து சிவந்த அந்தப் பிரமாண்டம் மெதுமெதுவாகக் கண்ணுக்குப் புலனாகியதும் மனம் பொங்கியெழும். அது பள்ளியின் சமீபத்திலுள்ள *12 MPH* அறிவிப்புப் பலகைக்கு அண்மையில் வந்ததும் ஊரத் தொடங்கும். *12 MPH*இன் அர்த்தம் அந்த இடத்திலிருந்து அடுத்த அறிவிப்புப் பலகை வரையான எல்லைக்குள் வாகனங்கள் பன்னிரண்டு மைல் வேகத்துக்குள் செல்லவேண்டும் என்பதே. அதனால் பஸ் ஊர்ந்துசெல்லும் அந்தக் கண்கொள்ளா காட்சியைக் கண்டு களிகொள்வோம். அதுவும் மெல்லமெல்ல அந்த இடைவெளியில் ஊர்ந்துசென்று மறையும். ஆனால் இரைச்சலும் புழுதியும் புகையும் புகையின் மணமும் அடங்க வெகுநேரம் பிடிக்கும்.

இந்தப் பரவசத்தின் தரிசனத்துக்காய் காலைப் பொழுதின் எனது தார்வீதிப் பயணம் இருந்தபொழுதில், வயல்வெளி யினூடான மாலையில் வீடு திரும்புகை இன்னொரு வகையான பரவசத்தின் வாசலை எனக்குத் திறந்திருந்தது. மனத்திற்கு அப்போதுதான் இறக்கைகள் முளைக்கத் துவங்கினவென இப்போது எண்ணத் தோன்றுகிறது. அந்தப் பாதையில் வீடு திரும்புகை திடீரென ஒருபோது அவமானகரமான நிகழ்வோடு நின்றுபோனாலும், அன்று முளைத்த இறக்கைகளில்தான் நான் பின்னால் பறக்கவே ஆரம்பித்தேன். அந்தப் பாதையில் என் பயணம் நின்று போன அந்தக் கதையைத்தான் இப்போது நினைவேற்றிப் பார்க்கப் போகிறேன்.

பள்ளிவிட்டு நான் வயலுக்குள் இறங்கி வீட்டுக்குச் சென்றுகொண்டிருக்கிறேன். நெல் அறுவடையின் பின் கிணறுள்ள வயல்களில் தோட்டம் போட்டவர்கள் சிலர் இறைப்புக்கோ, வேறுவேலைகளுக்கோ போய்க்கொண்டி ருந்தார்கள். நிலைத்துநின்ற ‘கத்தரி’ வெருளிகளுக்கிடையே நடமாடும் மனிதர்களின் தலைகளைக் கணக்கிடுவது சுலபமாக இருக்கவில்லை. கால்நடைகளுக்கு வரப்புகளில் புல் செதுக்கவந்தவர்கள் சிலரும் அங்கே காணப்பட்டனர். கிளி, மைனா, காகமென பறவைகள் மதியச் சோர்வு நீங்கி கூடடைவதன் முன்னம் மறுபடி கலகலப்புக் கொண்டிருந்த நேரமும் அதுதான்.

அறுவடை முடிந்து இரண்டொரு மாதமென்றால் சணல் விதைத்த வயல்களிலே, மஞ்சள் பூக்கள் சிரித்தபடி காற்றிலாடி நின்றிருக்கும் காட்சி கொள்ளை அழகு. மேலே நீல ஆகாயம். கீழே மஞ்சளும் பச்சையுமென விரிந்த வயல்வெளி. எனக்கு அவசரமில்லை. உடம்பெங்கும் விட்டு விடுதலையாகிய உணர்வுடன், நான் இயல்பான

மெதுநடையில் வரப்பிலே சறுக்குவதும் மறுபடி பாய்ந்து ஏறுவதுமாக சென்றுகொண்டு இருக்கிறேன்.

குளமுள்ள தாழ்பூமிப் பிரதேசத்தில் வயல்கள் அமைந்தனவெனில், சூழ்ந்த மேட்டுநிலத்தில் குடிமனைகள் எழுந்து கிராமம் ஆகியிருந்தன. வயல்கள் பெயர் கொண்டிருந்தன. ஒன்றுக்கு சிலுவில்... இன்னொன்றுக்கு இல்லாரை... மற்றதுக்கு அம்பலவன்துறை... வேறொன்றுக்கு மானாவளை... எனப் பெயர்கள். அதன்படி, நான் அப்போது சென்றுகொண்டிருந்த வயல் அம்பலவன்துறை.

அம்பலவன்துறை வயலின் ஒருபக்கத்தில் பெரும்பற்றை இருந்தது. பற்றைக்கப்பால் ஊர். வலது பக்கத்தில் தார்வீதிக்கும் வயலுக்குமிடையே தென்னந்தோப்பு. அதன் எதிர்ப்புறத்தில் மாரி நீர் கடலுக்கோடும் தரைவை வழி. திடீரென அந்தப் பகுதியில் மரக்கிளைகள் முறிந்த, தென்னோலைகள் இடுங்குப்பட்ட, குரும்பைகள் சிதறி விழுந்த பெருஞ்சந்தடி. தாட்டான் குரங்குக்கூட்டம் வந்து விழுந்திருக்கிறது. அது பயங்கரமானது.

தாட்டான் குரங்கு என்பது குரங்குகளில் பெரிதான இனம். அவற்றின் நினைப்பே என்னை நடுங்க வைத்துவிடும். வெளி உருவத்தின் பிரமாண்டம் மட்டுமே அந்த அச்சத்தை என்னில் விளைப்பதில்லை. அவை ஒரு மரத்திலிருந்து இன்னொரு மரத்திற்கும், மரத்திலிருந்து நிலத்துக்கும் பாயும் அதிர்வும் முக்கியமானது. திரும்பிப் பார்க்கிறேன். தென்னந்தோப்பு முழுவதும் தாட்டான்கள். மரங்களில் ஏறுபவை சில. தென்னோலையில் தொங்கி அடுத்த மரத்துக்குப் பாய்பவையாய்ச் சில. தரையில் ஒன்றையொன்று துரத்திப் பிடிப்பவையாய்ச் சில. சில கத்தியும்... சில இழித்தும்... சில மசுவாது வேலைகளி லுமாய்க் காணப்படுகின்றன. தாட்டான்கள் இழிக்கும் போதும் அதிலொரு கடூரமிருக்கும்.

நான் ஒழுங்கையேற வேண்டிய சிறுகாட்டு முனையிலும் தாட்டான் கூட்டம். பட்டுப்போய் ஈச்சம் பற்றைமேல் சரிந்திருந்த பனை மரத்தில் அவை ஏறுவதும் இறங்குவதும் சறுக்குவதுமாய் ஒரு கடூர விளையாட்டில் ஈடுபட்டிருக்கின்றன. சில குட்டிகளுடன்; சில இணைகளுடன். ஆனால் ஒரு தாட்டான் மட்டும் ஒரு பசுமாடு அளவு ஆகிருதியுடன் நிலைத்து இருந்துகொண்டிருக்கிறது.

இருபக்கமும் மஞ்சள் பூ பொலிந்த சணல்களுக்கிடையில், வரப்பில் வந்துகொண்டிருந்த நான் நடையின் வேகத்தைக் குறைத்தேன்.

அந்தத் தாட்டான் அமர்ந்திருந்த தோரணையே சரியில்லை யென்று மனத்துள் ஏதோ சொல்லியது. அதன் கனத்த இரு பக்க நெஞ்சுத் தசைகளும் தொங்கிக்கொண்டு இருக்கின்றன. காலை மடித்து குந்தியிருந்த குரங்கின் உறுத்துப் பார்வையையும், அதிலுள்ள வெறுமையையும் காண்கிறேன். அப்போதைய அதன் அசைவின்மை, அது அப்படியே கடைசிவரை இருந்துவிடும் என்பதின் அடையாளமில்லை. அது எந்த விநாடியிலும் தன்னைச் சுதாரித்தெழுந்து என்மீது ஒரு பாய்ச்சலைச் செய்யலாம். என்னைத் தூக்குவதொன்றும் அந்தளவு பெரிய ஆகிருதிக்குச் சிரமமாயும் இருந்துவிடாது.

நான் நின்றேன்.

தாட்டான் அசையவில்லை. நானும் அசையவில்லை.

அந்த அச்சம், அவற்றின் பேருருக்களால் மட்டுமில்லை, அவைபற்றி சொல்லப்பட்ட கதைகளாலும்தான். அதில் குறிப்பாக வள்ளியம்மையின் குழந்தை கதை முக்கியமானது.

எங்களது கிராமம்போல வயல்வெளிகளும் நீர்வெளிகளும் சூழ்ந்ததுதான் அயல் கிராமமும். அங்கேயும் வயல்வெளி

ஓரத்தில் மாஞ்சோலைகளும் தென்னஞ்சோலைகளும் நிறைந்திருந்தன. அங்கேயும் இதுபோலத்தான் அவ்வப் போது தாட்டான் குரங்குக் கூட்டங்கள் வந்து சதிராடிவிட்டுப் போகுங்கள். அவற்றை விரட்டுவதற்கான உபாயங்களும் ஊரில் அருகியே இருந்தன. சீன வெடி கொளுத்தினால் அவை பயந்து ஓடுமென ஊரிலே சொல்வார்கள். ஆனால் சீன வெடி எந்தநேரத்திலும் கைவசத்தில் கிடைத்துவிடாது. கிடைத்தாலும் எவ்வளவற்றையென்று வெடிக்கவைக்க முடியும்? ஏதோ கூ... சூ...வென சத்தமெழுப்பி விரட்டுவார்கள். தாட்டான்கள் அவையொன்றையும் சட்டை செய்வதில்லை.

செல்லத்தம்புவும் வள்ளியம்மையும் அந்த வயலோரக் கிராமத்துக் காணியொன்றில் குடிசைபோட்டுப் புதிதாகக் குடிவந்திருந்தார்கள். அங்கே அவர்களுக்கு அழகான ஒரு கறுப்புப் பிள்ளை பிறந்தது. அந்தப் பிள்ளைமீது அவர்கள் தங்கள் உயிரையே வைத்திருந்தார்கள். குழந்தையோடு விளையாடிவிட்டு செல்லத்தம்பு வேலைக்குப் புறப்பட்டா னென்றால், அடுத்து வள்ளியம்மையின் நேரம் தொடங்கிவிடும். அதற்குமேலேதான் அதை நித்திரையாக்கி ஏணையில் வளர்த்திவிட்டு கிணற்றடியிலே துணி துவைக்கவோ, சமையலைக் கவனிக்கவோ அவள் செல்வாள்.

அன்று நண்பகலை அண்மிக்கும் நேரத்திலிருந்தே தோப்புகளில் எழுந்த தாட்டான்களின் குதிமன்களை வள்ளியம்மை கேட்டிருந்தாள். ஆளடங்க அடங்கத்தான் அவற்றின் கும்மாளம் தொடங்குமென்பதை அவள் அறிந்திருந்தாள். அதனால் வயல் விளிம்போடிருந்த தமது தோட்டத்தைத் துவம்சம் செய்துவிடாதபடி அவ்வப்போது வெளியே வந்து கவனிப்புச் செய்துகொண்டிருந்தாள். துர்பாக்கியசாலியாய் இருந்திருப்பாள்போல. வயலோர

வாகையில் ஒரு தாட்டான் பெண் குரங்கு அவளையே கவனித்தபடியிருந்ததை அவள் கண்டிருக்கவில்லை.

சிறிதுநேரத்தில் வள்ளியம்மை வெளியே வந்தபோது வெறும் ஏணை மட்டும் வயற்காற்றில் ஆடிக் கொண்டிருப்பதைக் கண்டாள். நெஞ்சுபதறித் திரும்பினாள். வயல்கரையில் அவளது குழந்தையை அள்ளி நெஞ்சோடு அணைத்தபடி தாட்டானொன்று போய்க்கொண்டிருந்தது. 'ஐயோ, என்ர பிள்ளை'யென அலறியபடி தாட்டானின் பின்னால் வள்ளியம்மை ஓடினாள். எதுவொன்றையும் கண்டுகொள்ளாத தாட்டான் எந்த அவசரமும் பதற்றமுமின்றி நடந்துபோய் வாகையிலேறிக் கொண்டு மரங்களில் தாவித் தாவியே தென்னந்தோப்பை அடைந்தது.

அந்தக் கதையை எனக்குச் சொன்னவர் முடிவைச் சொல்லவில்லை. தன் குட்டியை இழந்திருந்த பெண் தாட்டானொன்று வள்ளியம்மையின் குழந்தையைத் தான் வளர்க்கவென தூக்கிக்கொண்டு ஓடிவிட்டது எனக் கூறியதோடு முடித்திருந்தார்.

வயற்கரையோர பெண் தாட்டான் குரங்கு நடுங்க ஆரம்பித்திருந்த என்னையே உறுத்து நோக்கியபடி இருப்பதை நானும் பார்த்தபடி கதையை நினைக்கிறேன். கதையின் ஞாபகப் புரட்டலில் உடம்பு உறைந்துவருகிறது. சிறிதுநேரத்தில் என் காற்சட்டையை நனைத்துக்கொண்டு கால்களில் ஈரம் வழிந்தது.

குரங்கின் பெருத்த உருவமும், அதன் கடுகடுத்த பார்வையும், என்னையே தூக்கிக்கொண்டு ஓடிவிடக்கூடிய வாகான இடத்திலும் ஸ்திதியிலும் அது இருப்பதும் உணர்ந்த நான் மெல்லத் திரும்பி சணல்களுக்குள் தலையை மறைத்துக்கொண்டு வாய்க்காலை நோக்கி பதுங்கிப் பதுங்கி நடந்தேன். பின் ஓடத் துவங்கினேன். ஓடிக்

கொண்டிருந்தபோது திரும்பிப் பார்த்தேன். குரங்கு அந்த இடத்திலேயே இன்னும் அமர்ந்துகொண்டு இருந்தது. நல்லவேளையாக, புத்தகப் பையைத் தவறவிடாமல் வாய்க்காலைக் கடந்து தார்வீதியிலேறி வீடடைந்தேன்.

எனது கோலம் கண்ட அம்மா ஓடிவந்து நடந்தது விசாரித்தார். எனக்கு அழுகைதான் வந்தது. என் வெற்றியைப் பறைசாற்றக்கூடிய வீரக் களமது. தாட்டான் பிடியிலிருந்து தன்னந்தனியனாய்த் தப்பிவருவதொன்றும் சாதாரணமான விஷயமில்லையே! ஆனால் நான் அழுதேன். பின் ஒருவாறு அழுகையை அடக்கிக்கொண்டு நடந்ததெல்லாம் சொன்னேன்.

கேட்டு அம்மா சிரித்தார்.

நான் கோபத்தோடு, 'என்னணை, ஏன் சிரிக்கிறாய்?' என்று அதட்டினேன்.

'உன்னளவு வளந்த பிள்ளையள குரங்கு பிடிக்குமெண்டு ஆருனக்குச் சொன்னது?'

'அது தாட்டான்.'

'இருக்கட்டுமன்.'

'நானும் அதுகின்ர நிறந்தான...?'

'அது குரங்கோ தாட்டானோ... நீ கறுப்போ சிவப்போ... உன்னளவு வளந்த பிள்ளையை அதுகள் ஒண்டும் செய்யா.'

'எண்டாலும் இனிமே நான் அந்தப் பள்ளிக்குடம் போகமாட்டன், என்னை கல்வயல் பள்ளிக்குடத்துக்கு மாத்துங்கோ...'

நான் பள்ளிக்கூடத்தை மாற்றும்படி சொன்ன காரணம் நனைந்த கழிசானிலிருந்து அம்மாவுக்கு விளங்காமல் இருந்திராது. அதை மறைத்துக்கொண்டு, 'ஐயா வரட்டும் சொல்லுவம்' என்றார். பின் ஐயா வந்தபிறகும் அம்மா சொல்லவில்லை. அவர் சொல்லாதது தெரிந்தும் நானும் கவனம் கொள்ளவில்லை.

பின்னால் சிறிதுகாலம் தாட்டான் தூக்கிச் சென்ற வள்ளியம்மையின் குழந்தை பற்றி நினைத்துக் கொண்டிருந்தேன். நினைத்தபோதெல்லாம் கேள்விகள்தான் கிளர்ந்தெழுந்தன. தாவரபட்சணியான குரங்கினம் குழந்தையைத் தூக்கிக்கொண்டு போயிருப்பின் வளர்க்கவே செய்திருக்கும். ஆயின், அந்தக் குழந்தை குரங்கு களோடிருந்து குரங்காகவே மாறியிருக்குமா? அதுவும் கைகளையும் கால்களாக்கிக் கொண்டு மரத்துக்கு மரம் தாவித் திரிந்திருக்குமா? அல்லது அவ்வாறு பாயமுடியாத குழந்தையை உண்மையில், தமது இனமில்லையென்று குரங்குக் கூட்டமே ஒதுக்கி வைத்திருக்குமா?

குரங்கின் குதியாட்டம் என் நினைவில் நீண்டகாலத்துக்கு இருந்தது.

7

அளவிட முடியாத் தூரங்களும் பயணங்களும் அவற்றிடை நிகழும் சம்பவங்களும் அவ்வக் கணமே தம் அனுபவ வித்துக்களை மனத்துள் விசிறிவிடுகின்றன. காலம் ஆக ஆக அவை, மனத்துள் புதைந்துபோனாலும் புழுதி விதைப்பின் நெல்மணி ஒரு மழைத் துளிக்காகப்போல் அவதிகள் நீங்கி மனச்சமனம் அடையும் தகுந்த ஒரு பொழுதுக்காகக் காத்திருக்கின்றன.

2010க்குப் பின், H9 பாதையூடாகப் பல தடவை யாழ்ப்பாணத்துக்கும் கொழும்புக்குமாகப் பயணித்திருக் கிறேன். ஒருபோது கொழும்புப் பயணத்தில் கிளிநொச்சி தாண்டி பஸ் ஓரிடத்தில் தரித்து நின்றது. அருகிலிருந்தவரை விசாரிக்க, முறிகண்டியெனச் சொன்னார். கால்கள் தாமாகவே பஸ்ஸை விட்டு இறங்கின. அது இரவு வேளையாக இருந்தாலும் நான் கண்ட அந்த இடம், நான் முன்பு அறிந்த முறிகண்டியாக இருக்கவில்லையென்பதைத் தெரிந்தேன். யுத்தத்தின் முன்னால் அது கண்டிவீதியெனப் பெயர்பெற்றிருந்த காலத்திலிருந்து வீதியோரத்தில்தான் கோயில் அமைந்திருந்தது. பிள்ளையாருக்குத் தேங்காய் உடைத்தால் சிதறிய சில்லுகள் நடுவீதியில் வந்து கிடக்கும். அப்போதோ, வீதியைவிட்டு விலகிப்போய் பிள்ளையார் தூரத்தில் அமர்ந்திருந்தார். யுத்தம் எதையெதையோ மாற்றியிருக்கிறது; முறிகண்டிப் பிள்ளையார் கோவிலை மாற்றிவைப்பதா பெரிய விஷயமென எண்ணிக் கொண்டேன்.

தொடர்ந்த பயணத்தில் தூக்கமற்ற வேளைகளில், பிள்ளையாரின் மகிமை பற்றி சொல்லப்பட்ட நூறுநூறான கதைகளை எண்ணிக்கொண்டிருந்தேன். உண்மையில், மனிதர் அபிமானம் கொள்ளும் எந்த இடத்தின் மேலும் கதைகள் பிறந்துவிடுகின்றன என்பது அப்போது தெரிந்தது. உண்மையும், உண்மைகலந்த பொய்யும், பொய்யுமாய்க் கதைகள். மனிதர்களின் கதைகள் அவ்வாறுதான் அமைகின்றன. ஏனெனில் மனிதர்களின் குணாம்ச மில்லாமல் மனிதக் கதைகள் அமைவதில்லை.

மேலே பயணம் தொடர்கையில், என் சின்னவயதில் அங்கு நடந்த சம்பவமொன்று காலங்கிழித்து மேலெழுந்து வந்தது. அது நடந்தபோதே அதுபற்றி முழுதுமாய் நான் புரிந்துகொண்டதில்லை. நிகழ்ந்தது கண்டதும், கண்டவர் சொல்லக் கேட்டதுமென சம்பவத்தின் முழுமையொன்று எனக்குள் தரிசனமாகிற்று.

அது, 1958க்கு முற்பட்ட காலம். பெரும் இனக் கலவரமேதும் நடந்திராத பூமியாக இருந்தது இலங்கை. எனக்கு அப்போது பத்து வயதிருக்கலாம். ஒருநாள் வெள்ளிக்கிழமை குடும்பமாக முறிகண்டி பிள்ளையார் கோயிலுக்கு நேர்த்திக்கடன் பொங்கல் வைக்கப் போயிருந்தோம். இப்போது என் ஞாபகத்திலுள்ளபடியே கண்டிவீதியின் ஓரமாகப் பிள்ளையார் கோவில் அமைந் திருக்கிறது. பக்கத்திலும் முன்புறத்தில் வீதியின் எதிர்ப் புறத்திலுமாய் மக்கள் பானை வைத்து பொங்கிக்கொண்டு இருக்கிறார்கள்.

கொண்டு சென்றிருந்த காய்ந்த தென்னம்பாளைக் கீற்றுகளோடு கடையில் கொத்து விறகும் வாங்கிப் போய் நாங்களும் பொங்கலைத் தொடங்குகிறோம். என்னை மரத்தோடு அமரவைத்துவிட்டு தண்ணீர் அள்ளுவதிலிருந்து

தேங்காய் துருவுவது வரை அய்யாதான் வேண்டிய உதவிகளை அம்மாவுக்குச் செய்து கொடுக்கிறார்.

பிள்ளையார் பெருமகத்துவத்தோடு இருந்த காலமாதலின், தூரதூர இடங்களிலிருந்தும் வந்து பொங்கல் வைக்கும் மக்கள்தொகை அந்த வெயிலேறும் நேரத்திலும் அதிகமாகத்தான் இருக்கிறது. பொங்கல் முடிய படைத்து, மீதியைப் பகிர்ந்து உண்டுவிட்டு மாலையில் வெய்யில் தாழத்தான் இனி அவர்களது வீடுநோக்கிய பயணம் இருக்கும். அப்போது கோயிலுக்குச் சென்றுவருவதின் கைங்கர்யமாக கடலை வாங்கிக் கொள்வார்கள். அதுபோல் காலமெல்லாம் நினைத்துக்கொள்ள ஓய்வுப்பொழுதில் முறிகண்டிப் பிள்ளையாரின் அற்புதக் கதைகளையும் கேட்டுச் சுமந்து கொண்டு செல்வார்கள். அம்மா, பரவசத்தோடு அக்கதைகளைக் கேட்பார். அய்யா உணர்வெதனையும் முகத்தில் காட்டாமல் கேட்டுக் கொண்டிருப்பார். நான் அக்கறையோடு விளங்காமல் கேட்பேன்.

பொங்கல் முடிய படையலை முடித்துக்கொண்டு சாமான்களையெல்லாம் எடுத்துக் கட்டிவைக்கிற நேரத்தில்தான், அம்மா பதறியபடி கேட்கிறார்: 'உங்கட கைச் சங்கிலி எங்க, காணேல்ல?' என்று. நானும் பார்க்கிறேன், அய்யாவின் கறுப்புக் கையில் மஞ்சள்கயிறாய் மின்னிக் கிடந்த சங்கிலி காணாமல் போயிருக்கிறது. நான் எனது கையிலிருந்த சங்கிலியின் இருப்பை உறுதி செய்துகொண்டு அய்யாவின் சங்கிலியைத் தேடி சுற்றுமுற்றும் பார்க்கிறேன். பரிதவிப்பைக் கொட்டியபடி பொங்கிய இடத்துக்கும் கிணற்றடிக்குமாய் அய்யா நடந்து திரிந்த இடங்களைக் குந்தியிருந்து விரல்களில் அவசரம் அவசரமாய் அம்மா மண்ணை அரிக்கத் துவங்கியிருந்தார்.

கண்ணீரும் வியர்வையும் வழியும் அம்மாவின் கோலம் கண்டு அக்கம்பக்கம் போய்வருவோர், 'ஏன்... என்ன...

நடந்தது? என்னத்தையும் துலைச்சிட்டியளோ?' என்று வினவுகிறார்கள். அய்யா எதுவோ சொல்ல வாயெடுக்க, அவரை அடக்கிவிட்டு அம்மா சொல்கிறார், 'இல்லை, அதொண்டுமில்லை...' என்பதாக. அது ஏனென்று எனக்குப் புரியவில்லை. ஆனாலும் கைச்சங்கிலியைக் கண்டெடுத்து விடும் ஆர்வத்தோடு மணலைக் கிளறிக்கிளறித் தேடுகிறேன்.

அப்போது எங்கள் அயல்வீட்டுக்காரர் அப்புத்துரை வந்து, 'என்ன தங்கச்சி தேடுறியள்?' என்று விபரம் கேட்க, அய்யாவின் கைச்சங்கிலி தொலைந்த விபரத்தை அம்மா மெதுவான குரலில் சொல்கிறார். அது கேட்டவர், 'ஆ... கடவுளே!' என்று பதறியபடி அவரும் கூடவே தேட ஆரம்பிக்கிறார்.

இப்போது அப்புத்துரையோடு, பொங்க வந்தவர்கள் சிலரும் பிச்சைக்காரர் சிலரும் விபரம் புரிந்து தேடுதல் தொடங்கியிருந்தனர். வெய்யில் மேற்கே சாயத் தொடங்குகிறது. இனி கிளம்பலாமென அய்யா அம்மாவிடம் சொல்கிறார். எழும்பி மடியை ஒருமுறை உதறிக்கொண்டு தாவணியை இழுத்து இடுப்பில் இறுகிச் சொருகுகிறார் அம்மா. கோவில் உள் இருட்டில் மஞ்சள் கொழுந்துகளில் பார்வையைக் குவிக்கிறார். 'உம்மட்ட வந்த இடத்தில இப்பிடி நடந்திட்டுது. நான் சதஞ்சதமாய்ச் சேத்து வாங்கின பொருள். இது எனக்குத் திரும்பி வரவேணும். அதுமட்டும் உம்மட வாசல் மிதிக்கமாட்டன்.'

அம்மாவின் கோபம் எனக்குப் புரிந்தது. ஆனால் வாசகம் புரியவில்லை. சூழநின்று கேட்டு விளங்கியவர்கள் பொருளைத் தொலைத்தவராகவல்ல, தெய்வத்துக்கு சவால் விடுத்தவராய் எண்ணி மரியாதையோடு அம்மாவைப் பார்க்கிறார்கள்.

திகம்பர நினைவுகள் ❀ 47

அம்மா மேலே அங்கு நிற்கவில்லை. எனது கையைப் பற்றியபடி ஐயாவை நோக்கித் திருப்பினார். 'உவன் அப்புத்துரை அங்ஙன நிண்டு இன்னும் தடவிக்கொண்டு நிக்கப்போறான். பாத்துச் சொல்லியிட்டு வாருங்கோ, போவம்.'

வீடு சேர்ந்தபிறகும் யாருக்கும் கலகலப்பு மீளவில்லை. திண்ணையில் வரிசையாக அமர்ந்திருக்கிறோம். ஒருபோது திரும்பி அய்யாவிடம் அம்மா கேட்கிறார்: 'கோயிலடியில வெளிக்கிடேக்க அப்புத்துரையிட்ட சொல்லியிட்டு வந்தியளோ?' என. அதற்கு அய்யா, 'அவனைக் காணவில்லை' என்கிறார். 'தேடிக்கொண்டு கூட நிண்டவன் சொல்லாமல் கொள்ளாமல் எங்க போனான்? எனக்கது புதினமாய் இருக்கு' என்கிறார் அம்மா. எனக்கும் அந்த இடத்திலே அவரை வெகுநேரம் நிற்கக் கண்டதாய் நினைப்பில்லை. அய்யா அம்மாவிடம் சொன்னார்: 'எதோ கள்ளஞ்செய்தமாதிரித்தான் அந்தரப்பட்டுக்கொண்டு நிண்டவன். இத்தறுதியில வீட்ட வந்திருப்பான். போய் இழுத்துக்கொண்டு வந்து விசாரிப்பமோ?'

'வேண்டாம். எல்லாப் பழியளயும் பிள்ளையாற்ர தலையில போட்டிட்டு வந்தாச்சு. இனி அவரே பாத்துக்கொள்ளட்டும்.'

அய்யா ஏதோ மறுத்துச் சொன்னார்.

அதற்கும் மறுத்தான் போட்டார் அம்மா.

அவர்களுக்குள் தொடர்ந்து வேறுவிஷயங்கள் பிரஸ்தாபமாகி மாறி மாறிக் கத்திக்கொண்டார்கள்.

அடுத்த சனி, ஞாயிறு இரண்டுநாளும் இருவரும் பேசிக் கொண்டதைக்கூட நான் காணவில்லை. அய்யா வேலைக்குப் போய்வந்தார். அம்மா சமைத்து வைத்துவிட்டு

எந்நேரமும் விழுந்து படுத்திருந்தபடி அவ்வப்போது அழுதுகொண்டிருந்தார்.

மறுநாள் திங்கள்கிழமை.

பள்ளி நாள் ஆனதால் நான் வெளிக்கிட்டு நின்றிருந்தேன். காலையில் பலகாரம் தயாரிக்கிற முயற்சியில் அம்மா அடுக்களையில். கிணற்றடியில் அய்யா நின்றிருந்தார். அப்போது வாசலில் அழைத்துக் கேட்டது.

அம்மா வெளியே வந்தார். 'இவனேன் இப்ப இஞ்ச வந்து நிண்டு வேலையை மினக்கெடுத்திறான்?' என்பதுபோல புருவம் ஏறியிருந்தது.

கேற்றைத் திறந்துகொண்டு ஓடிவந்தார் அப்புத்துரை. ஒன்றும் புரியாத அம்மா கையிலிருந்த தட்டோப்பையை ஓங்கினார். வந்த வேகத்தில் அலறிக்கொண்டு அம்மாவின் காலடியில் விழுந்தார். 'என்னிய மன்னிச்சிடுங்கோ, தங்கச்சி. புத்திகெட்டுப்போய்ச் செய்திட்டன். அந்தரத்துக்கு உதவி செய்யிற உங்களயும் யோசிக்கேல்லை; காப்பாத்தி வந்த கடவுளையும் நெக்கேல்லை. சூலைநோய் பிடிச்சிட்டுது, தங்கச்சி. ரண்டு நாளாய் திரேகமெல்லாம் எரியுது. என்னால தாங்கேலாமக் கிடக்கு. நான் முறுகண்டியில போய் பழி கிடக்கப்போறன். இந்தாருங்கோ' என்றபடி, எழுந்து மடியிலிருந்து கைச் சங்கிலியை எடுத்துக் கொடுத்தார்.

அய்யா கையை ஓங்கிக்கொண்டு அப்புத்துரையை அடிக்க வந்தார். அம்மா தடுத்தார். 'அந்தாள் செய்ததுக்குக் கைமேல பலன் கிடைச்சிட்டுது. இனி அந்தாளாச்சு, பிள்ளையாராச்சு.'

அப்புத்துரை மெல்ல மெல்ல திரும்பிப் போனார், பஸ் எடுக்கிற தெருப் பக்கமாய்.

அந்தளவில் வாசலில் அய்ந்தாறு பேர் கூடியிருந்தார்கள். பிள்ளையாரின் மகிமையை ஒருவர் சொன்னார். அப்புத்துரையின் கெடுமதியை ஒருவர் கூறினார். அம்மாவின் பிள்ளையார் பக்தியை ஒருவர் விளக்கினார். எனக்கென்றால் எதுவும் புரியவில்லை.

ஆனால் பஸ்ஸில் சம்பவத்தை நினைத்துக்கொண்ட போதில் ஒன்றுமட்டும் புரிவதுபோல் இருந்தது.

நம்பிக்கை!

அம்மாவுக்குப் பிள்ளையாரிடத்திலிருந்த நம்பிக்கையல்ல, முறிகண்டிப் பிள்ளையார்மீது கட்டியெழுப்பப்பட்டிருந்த கதைகளின்மேல் மக்களுக்கிருந்த நம்பிக்கை.

கதைகளெல்லாம் அதற்காகத்தானே புனையப்படுகின்றன! கதைகள் ஒரு சமுதாயத்தின் நம்பிக்கையின் வேர்கள். சொல்லப்படும் கதைகளாயினும் சரி, எழுதி வைக்கப்பட்ட புராணம், இதிகாசம் ஆகிய கதைகளாயிருந்தாலும் சரி, அவை நம்பிக்கையை வளர்க்கின்றன. அவற்றின் உயர்நோக்கமே அதுவாக இருந்ததால்தான் ஓரினத்தின் கலாச்சாரத்தில் அவை ஐதிகங்களாகி காலகாலத்துக்கும் நின்று நிலைக்கின்றன.

சொல்லப்பட்ட கதைகளை மக்கள் நம்பினார்கள்; அதை அப்புத்துரை நம்பினார்; அம்மாவும் நம்பினார். அப்புத்துரைக்கு சூலைநோய் வந்ததோ இல்லையோ, ஆனால் அந்த நம்பிக்கையால் பயம் வந்தது.

அதுதான் கதைகளின் விசேஷம்.

8

இலங்கை வடமாகாணத்தில், இரண்டு மூன்று தவிர்ந்த பிற கிராமங்களில், சாதி முறையிலானதும் பொருளாதார ரீதியிலானதுமான ஏற்றத்தாழ்வுகள் வடுக்களை ஏற்படுத்துமளவு ஆழமாக விழுந்திருக்கவில்லையென்று பொதுவாகச் சொல்லப்படுவதுண்டு. அடக்குதல்களை ஒதுங்கிப்போவதன்வாயிலாக எதிர்கொண்டதில் அது விளைந்ததென சமூகவியலாளர் கூறுவார்கள். அனைவருக்குமான கல்வி வசதிகளை அடைத்திருந்த கதவுகள் திறக்கப்படுகிற நேரங்களில் அவ்வாறான மிதமான போக்குகள் சமூகங்களில் தலையெடுப்பதுண்டு எனவும் அவர்கள் அதன் காரணம் தெரிவிப்பர்.

அவை என் சின்னவயது அனுபவங்கள் ஆகியிருந்தன. அந்தச் சமூக பிரிநிலைகளால் விளைந்த நெஞ்செரிந்த சில சம்பவங்கள் நினைவுப்படுகையில் இன்னும் கால் பதித்துக் கிடக்கின்றன. அவையே ஒருவர் வாழ்வின் அரசியல் பின்புலத்தை நுணுக்கமாய் வரைவதாயும் இருக்கின்றன. பொன்னு, செம்பரத்தையின் வாழ்க்கைமேல் பத்து வயதுக்குட்பட்ட என் அனுபவ விழிகளின் அவதானம் இந்தக் கதை.

பொன்னுவையும் செம்பரத்தையையும் தாய் மகளென்று சொல்லிக்கொண்டார்கள். ஆனாலும் அவர்கள் அவ்வாறு நடந்துகொண்டதில்லை. பேச்சுப்பட்டு, இழுபறிபட்டு, சிலவேளை அடிபிடிப்பட்டு இருக்கிற உறவும் தாய், மகள் உறவாக இருக்குமா?

அவர்கள் பார்ப்பதற்கு ஒன்றுபோலவே இருந்தார்கள். உயரம், மொத்தம், நிறம், சிரிப்பு, பேசும்விதம் குரல் எதிலுமேகூட வித்தியாசம் பெரிதில்லை. மொத்தத்தில் ஒரு உருவத்தின் இரண்டு பிரதிமைகளாக அவர்கள் இருந்ததாய்ச் சொல்லமுடியும். மிகக் கிட்டவாகவெனில், பொன்னுவின் தலையில் சில வெள்ளி இழைகள் ஓடியிருப்பது புலனாகும். மற்றும்படி பொன்னு காலம் கடந்தவளாகவே இருந்தாள்.

இன்னொருபுற வித்தியாசமும் இருந்தது. பொன்னு சட்டையணியாது தமது சமூகத்து பெரும்பாலான பெண்கள்போல மாறாடியை நெஞ்சுக்குக் குறுக்காகக் கட்டிக்கொள்வாள். செம்பரத்தை பாவாடையும் சட்டையும் அணிந்துகொள்வாள். கட்டை குட்டையான அவளது உருவத்தில் அங்க வனப்புகள் அந்த இறுகிய சட்டைக் குள்ளாகப் பிதுங்கித் தெரியும்.

அவர்களுக்குக் கரி வியாபாரம். அவர்களது வியாபாரம்பற்றி இப்போது கற்பனைகூடச் செய்துபார்ப்பது சிரமம். ஐம்பதுகளில் சாவகச்சேரி பட்டணசபைக்கு மஸ்கெலிய மின்சார இணைப்பு வந்திருக்கவில்லை. யாழ்ப்பாணத்துக் கும்தான். வீடுகள், கடைகள் மற்றும் வைத்தியசாலை நீதிமன்றங்களுக்குத் தேவையான மின்சாரம் மின்நிலையங் களிலிருந்து பெறப்பட்டது. நகரத்துத் தேநீர்க் கடைகளிலும் காஸ் அடுப்புகளோ, மின் அடுப்புகளோ பாவனைக்கு வந்திருக்கவில்லை. தேநீர்க் கடைகள் நிலக்கரி மற்றும் மரக்கரியைப் பயன்படுத்தி பொயிலர்களில் தேவையான சுடுநீரைப் பெற்றுக் கொண்டன. அக்காலத்திய ஒரு தேநீர்க் கடையின் அடையாளமே ஒரு செப்புநிறமான பொயிலரும், கட்டித் தொங்கவிடப்பட்ட ஒரு வாழைப்பழக் குலையும்தானென்று பகிடியாகச் சொல்லப்படுவதுண்டு.

நிலக்கரியும் மரக்கரியும் அதற்கான கடையில் விற்பனைக்குக் கிடைக்குமாயிருந்தாலும், அவற்றின் விலை அதிகமாக இருந்தது. அதனால் பல தேநீர்ச் சாலை உடைமையாளரும் உள்ளூர் உற்பத்தியான சிரட்டை மற்றும் ஊமல் கரியினை ஆதாயம் கருதி உபயோகிக்கத் தொடங்கியிருந்தனர். இந்தவகையில், மூன்றில் இரண்டு மடங்கு பணம் அவர்களுக்கு மீதமானது.

இந்த சிரட்டை, ஊமல் கரிகளைத் தயாரித்து விற்பது அப்போது யாழ்ப்பாணத்தில் சில ஊர்களிலேயே நடைமுறைப்பட்டதில் அவற்றுக்கான தேவை எப்போதும் அதிகமாகவே இருந்தது. தேநீர்க் கடைக்காரர் மட்டுமின்றி, சலவைத் தொழிற்சாலைகளிலும் இஸ்திரி பெட்டிகளைச் சூடேற்ற சிரட்டைக் கரி பாவித்ததில் இந்தத் தேவை இன்னும் அதிகமாய் உணரப்பட்டது.

ஊமல் வருஷத்துக்கு ஒருமுறையே கிடைத்தது. சிரட்டை எப்போதும் கிடைக்கக் கூடியதாயிருந்தாலும் அதிகமாகக் கிடைத்துவிடாததில் அத்தொழிலுக்கான மூலப்பொருள் தட்டுப்பாடு என்றும் இருந்து கொண்டிருந்தது. மேலும் இவ்வகை கரியினைச் சுலபமாக யாராலும் தயாரித்துவிடவும் முடிவதில்லை. அதற்குப் பெருநுட்பம் சார்ந்த அனுபவ அறிவு வேண்டியிருந்தது. இரண்டரை மூன்று அடி ஆழத்தில் வட்டமாக நிலத்தில் வெட்டியிருந்த கிடங்கினுள் சிரட்டையையோ, ஊமலையோ போட்டு எரித்து அவை சாம்பராகிவிடுவதன் முன்பாக அணைத்து, கரியாக எடுப்பதொன்றும் அவ்வளவு சுலபத்தில் முடிந்துவிடாது. நிமிஷம் தவறினால் ஊர் ஊராகச் சென்று சேகரித்த சிரட்டை அத்தனையும் வெந்து நீறாகிவிடும்.

பொன்னியின் 'தொழில்'நுட்ப அறிவு வாரத்திற்கு இரண்டு கூடைகள் கரியையாவது உற்பத்தி செய்துவிடும். அதுபோல் இரண்டு கூடை கரிக்கான கச்சாப்பொருளை

செம்பரத்தையும் எப்பாடுபட்டும் ஊரிலே சேகரித்துவந்து போட்டுவிடுவாள்.

தில்லையம்பலத்தின் பனைவளவுக் காணியின் நடுவே வெட்டையொன்று இருந்தது. அதிலேதான் கரிக் கிடங்குகள் இரண்டினை வெட்டி கரி எரித்துக்கொண்டிருந்தார்கள், பொன்னியும் செம்பரத்தையும். அந்த இடத்துக்கு கிட்டத்தான் எங்களது வீடு இருந்ததில் அந்த இருவரையும் அதிகமாகக் காணவும், அவர்களது தொழில் விபரத்தைக் கவனிக்கவும், சண்டைகளை ரசிக்கவும் என்னால் முடிந்திருந்தது. அந்த வெட்டை நிலத்தில்தான் சிலவேளை சிறுவர்கள் கிட்டி அடித்து விளையாடுவது எனது அந்தக் கவனிப்புக்கு உபரியான வசதி.

வெட்டையைச் சுற்றிநின்ற கொய்யா மரங்களிலே, கொய்யாப்பழக் காலத்தில் கொய்யாப்பழம் பிடுங்க செம்பருத்தி எனக்கு எத்தனையோ தடவை உதவி செய்திருக்கிறாள். என்னை எடுக்கி தோளில் வைத்துக் கொண்டு நான் கொய்யாப்பழம் பறிக்கும்வரை நின்றிருப்பாள். அதையும் நான் சுகமாக அனுபவித்ததாகவே இப்போது நினைக்கத் தோன்றுகிறது. நாவலில் ஏறி அவள் பழமும் உலுப்பித் தருவாள். நுனிக்கொம்பர் ஏறி பழமுலுப்பும் அவளது லாவகம் யாருக்கும் அந்த ஊரில் வாய்த்திருக்கவில்லை.

வாரத்திற்கு இரண்டு கூடைக் கரியென்பது பெரிய விஷயம். சந்தையற்ற ஒரு வெள்ளிக்கிழமையில் அந்தக் கரிக்கூடைகளைத் தலைச்சுமையில் சுமந்தபடி சாவகச்சேரி நகருக்கு தாயும் மகளுமாய்ச் செல்வதைப் பலமுறை கண்டிருக்கிறேன். நானறிந்த வரையில், இரண்டுக்கும் இருபது ரூபா பணம். பொன்னிக்கு விதவைச் சம்பளம் (அரச உதவித்தொகை) கிடைத்ததோடு அவர்கள்

இருவருக்கும் பங்கீட்டு அரிசிக் கூப்பனும் இருந்தவகையில் இந்த இரண்டு கூடைக் கரி விற்ற இருபது ரூபா பணம் உபரியாகிவிடும். அவர்கள் குதப்பித் துப்பும் தினசரி வெற்றிலைக்கு அது போதும்போதுமென்ற தொகை. அந்த உபரி வருமானத்தால் அவர்கள், தங்களது ஏனைய உறவினர்கள் பட்ட கஷ்டத்தைப் பட்டிருக்கவில்லை யென்றே எனக்குத் தெரிந்தது.

ஆனாலும் இந்தப் புறங்களுக்குப் பின்னால் அவர்களைப் பாதித்த அகங்கள் சில இருந்தன. அந்த அகங்களில் தெரிந்த நெருப்பே சமூக தரிசனமாகி பின்னால் என் ஞானத்தின் விதைகளாகியிருக்கின்றன என இப்போது கருதுகிறேன்.

வாரத்தில் மூன்று நாட்களே பொன்னிக்குக் கரிக்கிடங்கில் வேலை இருந்தது. ஆனால் அந்த நாட்கள் முடிந்து விட்டாலும் செம்பருத்திக்கு ஓய்வு இருந்துவிடாது. ஒரு கடகமும் சாக்கும் எடுத்துக்கொண்டு ஊர் ஊராக அலைந்து சிரட்டை சேகரித்துக்கொண்டிருப்பாள். அதற்காக அவள் பலபேரிடத்தில் பல்லைக் காட்டவேண்டி நேர்ந்திருக்கிறது. பலபேருக்கு மாட்டுத்தொழுவம் வேலிக் கான்களென துப்புரவு வேலை செய்துகொடுக்கவேண்டி நேர்ந்திருக்கிறது.

அவர்களுடைய நிலத்திலே ஒரு குடிசை மட்டுமே இருந்ததைக் கண்டிருக்கிறேன். கிணறு இருக்கவில்லை. அது அந்தக் காலத்திலே ஆச்சரியப்படும்படியாகவும் இருந்திருக்கவில்லை. ஏழெட்டு, சிலவேளை இன்னும் அதிகமான வீடுகளுக்கு, பொதுவானதாய் ஒரேயொரு கிணறே அவர்களது பகுதியில் இருந்திருக்கிறது. அதனால் கரியெரிக்கும் வேலை முடிந்து பொன்னியும் செம்பரத்தை யும் வயல் குளத்தில் போய் குளித்துவிட்டுத்தான் வீட்டுக்குச் செல்வார்கள். அவர்களது சமையல் சாப்பாட்டுக் காரியங்களெல்லாம் பிறகுதான்.

அவர்களது குடிசையை அந்த ஒழுங்கை வழியாகக் கடந்துசென்ற வேளைகளில் நான் கண்டிருக்கிறேன். இரண்டு பேர் படுப்பதற்கு மட்டுமானதாக அது இருந் திருந்தது. குசினி இல்லாமல் எங்கே சமைப்பார்களென மனத்துள் எழுந்த கேள்விக்கு, ஒருநாள் குடிசைக்குப் பக்கப்பாட்டில் இறங்கியிருந்த தாழ்வாரத்தில் அவர்கள் சமைப்பதைக் கண்டபோது பதிலை அடைந்துகொண்டேன். அவ்வளவு பதிவான தாழ்வாரத்தில் அடுப்பை மூட்டுவது குடிசையே தீப்பிடிக்கும் அபாயத்தைக் கொண்டுள்ளதை எண்ணி எனக்குப் பயமே வந்துவிட்டது. அவ்வாறு பல குடிசைகள் எரிந்து சாம்பராகியிருக்கின்றன. அவ்வாறு வீடெரிந்த பலபேர் மாற்றுத் துணிக்கும் வகையில்லாமல் அலைந்ததைக் கண்டிருக்கிறேன். அந்த நிலை கண்டிப்பாக பொன்னிக்கும் செம்பரத்தைக்கும் வந்துவிடக்கூடாதெனத் தான் அப்போது எனக்குத் தோன்றியிருந்தது.

ஏனெனில் தாங்கள் இருவர் மட்டுமே உழைத்து, தாங்கள் இருவர் மட்டுமே சமைத்துச் சாப்பிட்டு, தாங்கள் இருவர் மட்டுமே சண்டை பிடித்து, அவர்கள் பிறருக்கு எந்த உபத்திரவமுமின்றி வாழ்ந்தவர்கள். செம்பருத்தி எடுக்கி என்னைத் தோளில் வைத்திருப்பதெல்லாம் எனக்கு மகிழ் செய்தததுதான். ஆனாலும் பொன்னியே அவ்வூர்ப் பெண்களில் மிகவும் அழகானவள் என்று அவளது அங்க லாவண்யங்கள் எப்போதாவது கண்டதுகொண்டு அப்போது நினைத்திருந்தேன்.

அவர்களது உழைப்பும் சாப்பாடும், உழைப்பில்லாத நேரத்தில் பட்டினியுமென்றான வாழ்வை ஓரளவு தெரிந்தே இருந்தேன். மாரிக் காலத்தில் அவர்களால் கரியெரிக்க முடியாது. கரிக்கிடங்குகளில் வெள்ளம் விழுந்து சிரட்டையெரிக்க முடியாத நிலை தோன்றிவிடும். ஆனாலும்

பசியோடிருந்தாலும் அவர்கள் பட்டினியோடு இருந்திருக்க மாட்டார்களென்றே நம்பினேன். ஏனெனில் அவர்கள் இருவருக்குமே பனையோலையில் உமல் முடையவும் பாய் இழைக்கவும் பெட்டி பொத்தவும் தெரிந்திருந்தது. ஆனாலும் அவர்களது வாழ்வு பஞ்சப்பட்டதெனத்தான் நினைத்திருந்தேன்.

கலகலவென்று இருந்த ஊரிலே கலகலத்துத் திரியாத அந்த இரண்டு பெண்களும் அதனாலேயே எனக்கு மிகவும் பிடித்துப்போனார்கள். அப்போது இவை பெரிதாக எந்தப் பாதிப்பையும் என்னில் விளைவித்துவிடவில்லை என்பதும் உண்மையே. ஏனெனில் ஊரில் பாதிப்பேரின் நிலைமை அவ்வாறாகவே இருந்தது.

இவ்வாறு முக்கியமான நிகழ்வுகளின்றி அவர்கள் வாழ்வும் என் வாழ்வும் கழிந்து போய்க்கொண்டிருந்தது. ஒருநாள் பொன்னி, வயற்கரையோரத்தில் ஒரு இருட்டிய நேரத்தில் சூளோ, விளக்கோ இன்றி போய்க் கொண்டிருந்தபோது விரியன் பாம்பு கடித்து செத்துப் போனாள். எங்கள் வீட்டிலிருந்து அம்மாவும் ஆச்சியும் மறுநாள் செத்த வீட்டிற்குப் போய்வந்தார்கள். வீடு திரும்பிய அவர்கள் பேசியது கேட்டபோதுதான் பொன்னியின் மரணம் செம்பரத்தையை எவ்வளவு அநாதரவாய் ஆக்கியிருக்கிற தென அறிந்தேன். அது செம்பரத்தைமீது அளவிடமுடியாத அனுதாபத்தை என்னில் கிளர்த்தியது.

செம்பரத்தைக்குக் கரி எரிக்கவும் தெரியவில்லை. தாயின் சேலையைக் கட்டிக்கொண்டு பலரின் கண்களிலும் பொன்னிபோலவே தோன்றியபடி அவ்வப்போது ஊரெங்கும் நடமாடித் திரிந்தாள். எங்கள் வீட்டுக்கும் பல தடவை வந்தாள். மாவு இடிக்க, மிளகாய்த் தூள் இடிக்கவென வந்து ஒரு மாலை முழுக்க கழித்துப்போனாள்.

ஆனாலென்ன, அவள் பொன்னி உயிரோடிருந்த காலத்தில்போல் பின்னால் என்றும் இருக்கவேயில்லை. அவள் முதலில் இழந்தது தனது சிரிப்பாகவும், பின்னால் நிம்மதியாகவும் தெரிந்தது. பிறகொரு பொழுதிலிருந்து அவள் கண்ணில் தட்டுப்படுவதே அபூர்வமாகிப்போனாள். எங்கள் வீட்டுக்கு வருவதும் நின்றுபோனது. ஒருநாள் பேச்சுவாக்கிலே ஆச்சி சொன்னதிலிருந்து, அம்மாதான் அவளை இனிமேல் வீட்டுக்கு வரக்கூடாதென்று சொன்னதாகத் தெரிந்தது.

நான் விடாப்பிடியாக நின்று அதன் காரணத்தை ஆச்சியிடம் அறிய முயன்றேன். முடியவில்லை. பின்னொரு முறை கேட்டபோது சொல்லிவிட்டார்கள். கொஞ்சம் கோபத்தோடு சொல்லியிருப்பார்கள்போல. ஏனெனில் தன் ஆத்திரத்தை வெளிப்படுத்திய அளவுக்கு எனக்கான விளக்கத்தைத் தன் பதிலில் ஆச்சி கொண்டிருக்கவில்லை.

'ஏனிண்டா... அவள் பரத்தையாயிட்டாளாம், அதால கொம்மா வீட்டை வரவேண்டாமெண்டிட்டா.'

எனக்கு விளங்கவில்லை ஆச்சி சொன்னது. பத்துப் பதினொரு வயதில் அவள் பரத்தையாயிட்டாள் என்றால் நான் எதைத்தான் புரிந்துகொள்ள முடியும்? அத்துடன் அவளது பெயர்கூட செம்பரத்தையாயிருந்ததில் பரத்தை யென்பது என்னவென கிட்டத்தட்ட அனுமானிப்பதும் என்னால் கூடவில்லை.

எங்கள் கிராமத்தில் அதிகமாகக் காணப்பட்ட நித்திய பூ மரம் செம்பருத்திதான். பேச்சுவாக்கில் செம்பரத்தை என்பார்கள். பெரும்பாலான வெள்ளிகளில் அவளது தலையில் ஒரு செம்பரத்தம் பூவாவது காணப்படும். நெற்றியில் திருநீற்றுக் கீறு இட்டிருப்பாள். கூட சந்தனம் குங்குமம் ஏதாவது அல்லது இரண்டும். செம்பரத்தையைத்

தலையில் வைப்பதால் அவளுக்குச் செம்பரத்தையென்ற பட்டப்பெயர் வந்ததா அல்லது அவளது பெயரே செம்பரத்தையா என்பதை என்றும் நான் அறிந்ததில்லை.

ஆனால் பரத்தை என்பதற்குக் கொஞ்சம் வளர்ந்த பின்னால் நானாகவே அர்த்தம் கண்டுகொண்டேன். வறுமையானது, செம்பரத்தையைப் பரத்தையாக்கியதே அது செய்யக்கூடிய மிகப்பெரிய சோகமாய் அப்போது உணர்ந்தேன். மெய்யான ஞானம் மாற்றுகள் தேட என்றும் தன்னை உந்திக்கொண்டே இருக்கிறது.

9

பாடசாலை மெய்வல்லுநர்ப் போட்டிகளில் பங்குகொள்கிற விஷயத்தில், அதற்கான பயிற்சிக்கென்று அலையத் தேவையில்லாததால் வீட்டில் எனக்கு அவ்வளவு கட்டுப்பாடு விதிக்கப்படவில்லை. மேலும் பயிற்சியென்பது பெரும்பாலும் இரண்டுநாள் மாலைகளில் மைதானத்தில் இருப்பதுதானே! அதை 'ஹீற்ஸ்' என்று அப்போது சொல்லிக்கொண்டோம். தேர்வுப்போட்டி நடைபெறுகிற நேரமும் அதுதான். அப்படியிருந்தாலும் பத்து வயது வரை என்னால் பெரிதாக மட்டுமல்ல, சிறிதாகவும் எதனையும் சாதிக்கமுடியவில்லை, இந்த வருத்தக்கார உடம்பின் காரணத்தால்.

இவ்வாறு அடிக்கடி வருத்தம் பிடித்துவிடும் உடம்பைக் கொண்டிருந்த எனக்கு படிப்புக்கூட அவ்வளவாக வரவில்லை. பள்ளிக்கு ஒழுங்கு குறைவாய் இருந்த காரணத்தோடு, எட்டுப் பாடங்களில் குறைந்தது ஒன்றிரண்டு பாடப் பரீட்சைகளுக்காவது என்னால் தோற்ற முடியாமல் இருந்துவந்தது. மூன்று தவணைப் பரீட்சைகளில் முதலிரண்டு தவணைகளில் பரீட்சை நடந்து முதலாம் பிள்ளை, இரண்டாம் பிள்ளையென மாணவர்கள் வகுப்பு நிலை காணப்படுவார்கள். மூன்றாம் தவணைப் பரீட்சை வகுப்பேற்றுப் பரீட்சையாதலால், வகுப்பேற்றப்பட்டது அல்லது இல்லையென்ற குறிப்பு மட்டுமே றிப்போர்ட் கார்ட்களில் பதிவாகும். சுமார் இருபத்தைந்து மாணவர்களைக் கொண்டிருந்த வகுப்பில் பத்துக்கும்

பதினைந்துக்கும் இடைப்பட்ட வகுப்புநிலைகளில் அல்லாடிக்கொண்டு இருந்தேன்.

தவணைப் பரீட்சைகள் முடிந்ததும் சுமார் ஒரு மாதமளவான விடுதலை எங்களுக்கு வரும். இந்தக் காலத்தில், பள்ளிக்கூடம் செல்கிற பிள்ளையிருக்கும் எந்த வீட்டுக்கு வரும் தெரிந்த மனிதர்களதோ, உறவினரதோ கேள்வி பெரும்பாலும் அவர்களது மகன் அல்லது மகள் அந்தத் தவணையில் எத்தினையாம் பிள்ளை என்பதாகவே இருக்கும். அம்மா மிகவும் சங்கடத்தோடேயே பதிலிறுப்பார். ஆயினும் என்மீது எந்த மனக்குறையையும் அவர் காட்டிவிடவில்லை. வருத்தக்காரப் பிள்ளையைப் பெற்று வைத்துக்கொண்டு அது நன்றாகப் படிக்குதில்லையே என்று கடிந்துகொண்டால் எப்படி?

இந்தளவில் அந்த ஊரிலேயே மூன்றாவதாக எங்கள் வீட்டுக்கு வானொலி வந்து சேர்ந்தது. ‘சிமென்ற்’ என்ற பெயருடைய ஒரு ஜேர்மன் வானொலிப் பெட்டி. பெரிதாகவும், கம்பீரமாகவும் இருந்தது. அதன் ஒலித் திறனும் வலு திறமாக இருந்ததென்றே எண்ணுகிறேன். பாதிப் பனை உயரத்தில் கட்டிய ‘ஏரிய’லிலிருந்து காற்று வளம் மாறி வீசினாலும் ஒலியலைகளை வல்லபமாய் உள்ளிழுக்கக்கூடிய வானொலி அது. அப்போது அதன் விலை முந்நூற்று அறுபது ரூபா. ஆயிரம் ரூபாவுக்கு பாவனையிலுள்ள பழைய கார் ஒன்றை அந்தக் காலத்தில் வாங்கமுடியும்.

காலை எட்டு மணியிலிருந்து பத்து மணி வரையும், மாலையில் மூன்று மணியிலிருந்து ஆறு மணி வரையுமான இலங்கை வானொலி வர்த்தக ஒலிபரப்பின் நேரம் முழுக்க சினிமா பாடல்களும், இசையும் கதையும், வானொலி நகைச்சுவைத் தொடர் நாடகங்களும்தான் இடம்பெறும்.

சில ஞாயிறுகளில் திரைக்கதை வசனங்களும் ஒலிபரப்புவார்கள். காலையிலிருந்து இரவு பத்து மணி வரை இடம்பெறும் இலங்கை வானொலியின் தேசிய சேவையில்தான் செய்திகளும், கர்நாடக இசையும், வீணை, வயலின் போன்ற இசைக் கருவிகளின் நிகழ்ச்சிகள் ஒலிபரப்பாகின.

நாளுக்கு ஆறு மணி நேரமாவது வீட்டில் வானொலி அலறாத நாளில்லை. சதா அதையே வைத்து முறுக்கிக் கொண்டிருக்கும் என்னை ஆதரவோடுதான் அம்மா, 'போய்க் கொஞ்சநேரமெண்டாலும் படி, ராசா' என்பார். என்ன சொல்லியென்ன? வழக்கமான நிலையைத் தாண்ட என்னால் முடியாமலே இருந்துவிட்டது.

படிப்பும் அப்படி, விளையாட்டும் அப்படியென சலிக்கும் படியிருந்த பிள்ளையாயினும் அடிக்கடி நோய்வாய்ப்படுகிற பிள்ளையை யார்தான் கண்டிப்பாக நடத்திவிடுவார்கள்? நான் 'என் பாட்'டிலேயே நேரத்தைப் போக்காட்டினேன். ஆனால் நேரத்தைப் போக்காட்டி விடவும் என்னால் சுலபத்தில் முடிந்திருக்கவில்லை.

அவரவர்க்குமான சந்தர்ப்பங்கள் அமைந்துவரும் என்று சொல்வார்கள். அதை அவரவரும் பயன்படுத்திக் கொள்கிற விதத்திலேதான் எதிர்காலம் பெரும்பாலும் அமைவதாகக் கருதுகிறேன்.

பத்து வயதுவரை விளையாட்டிலும் ஈடுபடாமல், படிப்பிலும் திறமையைக் காட்டமுடியாமல் சதா நோய்பிடித்த பிள்ளையாக இருந்த நான், எனக்கு அமைந்த சந்தர்ப்பங்கள் நினையாப் பிரகாரமானவை என்றாலும் சரியாக அவற்றைப் பயன்படுத்திக்கொண்டேன் என்றே நினைக்க இப்போது தோன்றுகிறது.

எங்கள் கடை முன்பகுதியிலே 'வார்' மேசையென்று சொல்லப்படுகிற முன்பக்கம் அடைத்த ஒரு நீண்டமேசை போடப்பட்டிருந்தது. சாமான் கட்டுவதற்காக ஊரிலிருந்து வாங்கப்பட்ட பழைய சஞ்சிகைகள், புத்தகங்கள், எழுதிய கொப்பிகள், பத்திரிகைகளெல்லாம் இந்த வார் மேசைக்குக் கீழேதான் சாக்குகளில் கட்டிவைக்கப் பட்டிருந்தன. அவற்றை வாசிப்பவர்கள் அப்போது அங்கே அந்தளவு பேர் இருந்திருக்கிறார்கள் என்பதை இன்று நினைத்தாலும் எனக்கு ஆச்சரியமாக வரும்.

பொழுதுபோக்கிற்காக ஒருநாள் எதிர்பாராதவிதமாக எந்த உத்தேசமுமின்றி நான் ஒடுங்கிய இடம்தான் அந்தப் பழைய சஞ்சிகைக் கட்டுகள். அவ்வாறான சஞ்சிகைகளை நான் ஏற்கனவே மலர் அன்ரியின் வீட்டில் கண்டிருக்கிறேன். என்றாலும் என் கையளைய இப்போதுதான் சந்தர்ப்பம் கிடைத்திருக்கிறது. கல்கி, கலைமகள், குமுதம், ஆனந்தவிகடன், குண்டூசி, பேசும்படம், கல்கண்டு, அம்புலிமாமா எனப் படங்களும், படக் கதைகளும், நகைச்சுவைத் துணுக்குகளும் மெல்ல மெல்லமாய் என் ஆதர்ஷமாகின. நான் அப்போது வாசிக்க ஆரம்பித்துக் கொண்டு இருந்தேனென நினைக்கிறேன்.

இந்த நிலையிலேதான், பழைய சஞ்சிகைக் குடைவில் இருந்த என் கையில் ஒருநாள் ஒரு பழைய மொத்தப் புத்தகம் அகப்பட்டது. அதன் முன்பகுதி அட்டையும் பக்கங்கள் சிலவும் இல்லாமலிருந்தன. ஞாபகமிருக்கிற வரையில் அதில் ஆறு அத்தியாயங்கள் இருந்திருக்கவில்லை. அது என்னவகை நூல் என்பதோ, பெயர் என்ன என்பதோ தானும் தெரியாமல், அதை நான் 'சும்மா' வாசிக்க ஆரம்பித்தேன். வாசிக்க வாசிக்க எனக்கு வாசிப்பின் சுகம் கூடிப்போயிற்று. ஒன்று, நான் வாசிக்கிறேன் என்ற புளுகம்.

இரண்டு, அவை நான் அம்மாவிடம் கேட்ட தருமர் துரியோதனனாதியோர் கதையாக இருந்த குதூகலம்.

ஏறக்குறைய இருநூற்று நாற்பது பக்கங்கள் அந்த நூலிலே இருந்திருக்கலாம், அத்தனை பக்கங்களையும் வாசித்து முடித்தேன். அது மகாபாரதக் கதையைச் சுருக்கிச்சொன்ன சக்கரவர்த்தி ராஜகோபாலாச்சாரியின் 'வியாசர் விருந்து' என்பது மிகப்பின்னாலேதான் எனக்குத் தெரியவந்தது.

10

மனிதப் பரம்பல் உயிர்வாழ்தலின் நிமித்தத்தில் தொடர்ச்சியாக நடந்துகொண்டிருந்த காலத்தில் உருவான கிராமமது. குடியிருப்பு அமைந்த காலத்தில் அதன் நீரோடு வழிகள் வாய்க்கால்களெனப் பெயர்கொண்டிருக்க முடியும். பின்னால் அவையே மக்களின் வண்டி மற்றும் நடைப் பயணங்களுக்குரிய பாதையாகியபோது ஒழுங்கைகள் எனப் பெயரெடுத்தன.

அப்பகுதியில் பனைமரக் காடுகள் எங்கும் காணக் கிடந்தன. பாளை கங்குமட்டை காவோலைகள் பொறுக்கவெனவும், இயற்கை உபாதைகள் கழிக்கவுமென அக்காட்டை ஊடறுக்கையில் வடலிக் கருக்கு வெட்டிய ஈச்சமுள்ளோ, கரும்பை முள்ளோ கிழித்த காயத்தோடு ஒருவராவது எப்போதும் காணப்பட்டனர். காற்றுக்காலத்தில் பனையின் தலைகளில் தொங்கிக்கிடந்த காவோலைகளின் சரசரவொலியை அதுவரை கேட்டிராதவர்களை ஒரு கட்டக்கடு மத்தியானம் பெரிதாக அச்சப்பட வைத்துவிடும். அது பேய்களின் கூவலொலிபோல் தனிவழிப்பயணியைத் தலைதெறித்து ஓடப்பண்ணுவதுமுண்டு. அதுபற்றிய கதைகளை ஊர்ப்பெண்கள் ஒருவருக்கொருவர் பரிமாறிச் சிரித்துக் கொள்வார்கள்.

அந்தப் பனங்கூடல்களின் மத்தியில், நான்கு திசைகளையும் நோக்கிக் கிளை பிரிந்த சந்தியில் என் சின்னவயதுக்

காலத்தில் ஒரு வாகைமரம் நின்றிருந்தது. வாகை பூத்துக் காய்த்து முற்றிய படல்கள் மரத்திலிருந்து ஒருவித சலசல நாதமெழுப்பும். மாரியில் தளிர்த்து, கோடையில் இலையுதிர்த்துத் தவிர அது வேறுதொழில் அறிந்ததில்லை. அந்த நாற்சந்தியிலிருந்து மேற்கின் வயலைநோக்கி ஓடிய அப்பெருவாய்க்கால் சுமார் நூற்றைம்பது யார் தூரத்தில் மேலும் இரண்டு கிளைகளாய்ப் பிரிந்த சந்தியிலே மணல் கொழித்திருந்தது. நடப்பதும் சிரமமான மணற்காடு. அதனண்மையில் ஒரு பிள்ளையார் கோயில். அதற்கு பனையடிப் பிள்ளையார் கோவிலென்ற பெயர் அமைந்திருந்தது.

வெள்ளி தவறாது விளக்கேற்றி பூஜைகண்ட கோயிலது. தவிர்ந்த நாட்களிலும் விளக்கேற்றலும் பூஜையும் நடந்திருக்கலாம். யாரின் கவனமும் பெற்றதில்லை. வெள்ளிகளின் பூஜைகளுக்கே இரண்டு பக்தர்கள் வந்தால் அதிகமென்றிருந்தது அக்கோயில். பூஜைப் பெருமணி நால்திசையதிர ஒலிக்காத கோயிலின் பூஜைகள் யார் கவனத்தைக் கவர்ந்திருக்கமுடியும்? மணிக்கோபுரம் உடைந்துகிடந்த அக்கோவிலின் காண்டமணி ஒலித்ததை நான் என்றும் செவிமடுத்ததில்லை.

ஆயினும் இன்னும் அந்தக் கோயில் நீங்காத இடம்பிடித்த என் மனத்து நினைவுகளுள் ஒன்றாகவே இருக்கின்றது. அதற்கு மூன்று காரணங்கள் இருக்க முடியுமென இப்போது தோன்றுகிறது.

ஒன்று, அந்தக் கோவிலின் தாகமறுக்கும் இன்சுவை நீர்க் கிணறு.

இரண்டு, கோயிலின் அயலில் அரியமலர் வீடு கொண்டிருந்தது.

மூன்று, ஐயாவுடன் கூடிச்சென்று அந்தக் கோவிலின் முன்றிலில் ஒவ்வொரு தமிழ்ப் புத்தாண்டிலும் நான் கண்டுகளித்த போரடி.

ஒரு மாயச்சுவரில் கைவல்லுநக் கலைஞன் ஒருவன் அவசரத்தில் தீட்டிய ஓவியம்போல் இன்றும் அவற்றின் துல்லியம் என்னில் குறைந்திருக்கவில்லை.

இறுதி யுத்தத்தின் பின்னால் இந்து கலாச்சார அலுவல்கள் அமைச்சு செய்த உபகாரத்தால் போர் நடந்த மண்ணின் இந்து, கிறித்தவ ஆலயங்கள் எல்லாம் புனர் நிர்மாணம் ஆகியிருந்தநிலையில், பனையடிப் பிள்ளையார் கோவில்மட்டும் உடைந்த மணிக்கோபுரமும் பிற இடிபாடுகளும் சீர்செய்யப்பட்டதோடு கவனமொடுங்கி நின்றிருந்தது. தன் பழமையை மாற்றுவதில் ஒவ்வாமை கொண்டதுபோன்ற பிடிவாதத்தை அதில் காணக்கூடியதாக இருந்தது. கிணற்று நீரள்ளிப் பருகியபோது அது இன்றும் தன் தன்மை மாறாதிருந்ததைத் தெளியமுடிந்தது. ஊர்க் கிணறுகளெல்லாம் உப்புச் செறிந்துவிட்டதென புகார் எழுந்திருந்தநிலையில், பிள்ளையார் கோவில் கிணற்றுநீரின் சுவை இன்னும் மாறாதிருந்தது ஏனென்று எனக்கு விளங்கியிருக்கவில்லை.

அந்தக் கிணற்றுமேட்டில் நின்றுதான் அரியமலர் வீட்டை முன்பு பார்த்திருக்கிறேன். அப்போது அவளும் அவள் பெற்றோரும் குடியிருந்த வீட்டின் தடம்கூட இன்றி வெறுமைபட்டுக் கிடந்தது அச்சோலைவளவு. பல ஆண்டுகள் முன்பாக, மண் வீடாயினும் எவ்வளவு அழகுநிறை பூந்தோட்டத்தோடு அந்த வளவும் வீடும் இருந்திருந்தன! மல்லிகையென்ன, முல்லையென்ன, நந்தியாவெட்டையென்ன, கனகாம்பரமென்ன, தூங்கு செவ்வரத்தை, மஞ்சள் செவ்வரத்தை அடுக்குச்

செவ்வரத்தையென்ன... பலப்பல வர்ணங்களின் பலப்பல இனப் பூக்கள்!

ஒரு பறவைபோல் எங்கும் கலகலத்துப் பறந்தபடியிருக்கும் அரியமலரின் நடை அவசரம் இல்லாதபோதுகளிலும்கூட வேகமாகவே இருந்திருக்கிறது. அவளது தலையில் பூவற்ற ஒரு பொழுது என்றும் இருந்திருந்ததில்லை. எண்ணெய் பூசி, நடு வகிடெடுத்து வாரிய தலை. பின்னால் நீண்டு தொங்கும் ஒற்றைப் பின்னல். அதன் நுனியில் பச்சை, மஞ்சள், சிவப்பு, வெள்ளையென ஏதோவொரு நிறத்தில் கட்டிய றிப்பன். குளித்திருந்தாலும் அவளது மாந்தளிர் நிற முகத்தில் எப்போதும் எண்ணெய்ப் பசையொன்று லேசாகப் படர்ந்திருக்கும். அரிசியில் காய்ச்சிய சாந்தில் வட்டவடிவமான கரும்பொட்டு வைத்திருப்பாள். முழுப்பாவாடை, சட்டை. பெண்களுக்குள் சற்று உயரமான ஒல்லி உடம்பு. அரியமலர் அவ்வளவுதான்.

குடும்பரீதியான தொடர்பு இருந்ததில் அவளது தோற்றம் அந்தளவுக்கு மேல் என்னில் அதிகாரம் கொண்டுவிடவில்லை. காணவென்று தேடியலைந்ததில்லை. எதிர்ப்பட்டபோது கண்நிலைத்துப் பார்க்கவில்லையேயென உள்ளம் நைந்ததுமில்லை. ஆனாலும் அவள் நினைவு மறக்கப்படாதே இருந்திருக்கிறது. நெருங்கிப் பழகிய பலர் மறந்தே போய்விட்டிருக்கிறார்கள். கண்ணுக்குத் தரிசனம் மட்டும் தந்த அவள், அரை நூற்றாண்டளவு கடந்தபின்னும் நினைவுள் நின்றிருப்பது அதிசயம்.

அவளை ஏன் என்னால் மறந்துவிட முடியாதுபோனது? தன்னை மறக்காதபடி செய்யும் எந்த அம்சத்தை அவள் தன்னில் கொண்டிருந்தாள்?

எல்லோரும் கோயிலுக்கு பூ எடுத்துச் செல்ல, சிலர் தம் வீட்டுச் சாமிப் படங்களுக்கு வைத்து வணங்க பூ மரம்

நடுவார்கள். அவள், தன் தலைசூட ஒரு தோட்டமே வைத்தாள். பள்ளி தவிர்ந்த நேரங்களில் பாதி நேரத்தை அவள் தோட்டத்திலேயே கழித்தாள். வேறு அலுவலாக வெளியே செல்கிறபோதும், விரைவில் திரும்பி வந்துவிட வேண்டுமென்றே அவள் அந்தளவு வேகத்தை தன் நடையில் ஏற்றியிருந்தாளோ? அதுவே நாளடைவில் அவளது இயல்பான நடையுமானதோ?

தலையில் பூ வைப்பதை அபூர்வமாகக் கொண்ட மனிதர்கள் வாழ்கின்ற ஊரில் அவள், தினம் ஒரு பூவேனும் வைத்து தன்னை மலரச் செய்துகொண்டு இருந்தாள். அவளது காட்சியில் பிற மனங்களும் மலர்ந்தன. என் மனம் மலர்ந்ததும், இன்றும் மலர்ந்தே இருப்பதும் அரியமலரின் அந்த ஞாபகத்தினாலல்லவா?

11

சித்திரை வருஷப் புத்தாண்டில் பனையடிப் பிள்ளையார் கோவில் முன்றிலில் நடைபெற்ற போரடிக் காலத்தை எண்ணினாலுமே மனம் எனக்கு பரவசம்கொள்ளத் தொடங்கிவிடுகிறது. போரடி வீரர்களின் ஆக்ரோஷங்களும், அவர்களது வீறார்ந்த நிலைகளும் காலப் புழுதியைக் கிளர்த்திக்கொண்டு என்னுள் தொடர்காட்சிகள் ஆகி விடுகின்றன. அப்போதும் வெளிப்பரப்பிலே மயக்கத்தின் காட்சிகள் கிளர்ந்தெழுகின்றன. தம்பு, சிவலை, செல்லையா, சின்னான், சின்னத்தம்பியென போரடிக் களத்தைத் தம் கம்பீரத்தால் ஆக்கிரமித்த பலரும் கோவில் முன்றிலில் நடந்து திரிகிறார்கள்.

அச்சொட்டான நேரம் சொல்லி நிகழ்வுகள் தொடங்காத காலமது. காலையில், மத்தியானத்தில், பின்னேரத்தில் அல்லது ராத்திரியில் என்றுதான் நேரங்கள் அப்போது குறிப்பிடப்பட்டன. துல்லியமாய் நேரம் குறிக்கவேண்டி இருந்தால் கூவென கூவியபடி ரயில்கள் வந்துபோகும் பொழுதுகளை அடையாளப்படுத்துவார்கள்.

இப்போதைய நேரப்படி பத்து மணியிருக்கும் ஒரு புத்தாண்டுக் காலை நேரமது. போரடி துவங்கியிருந்தது. சுளீரிடத் துவங்கியிருந்த வெய்யிலிலிருந்து தப்ப கிணற்றடியின் செழித்த பூவரசு நிழலில் நின்று ஓய்வெடுப்பதும், பின் களத்துக்குத் திரும்புவது மாயிருந்தார்கள் போரடிக்காரர். அப்போது தோளில் தொங்கப்போட்ட சாக்கு மூட்டையுடன் கணேசன்

வந்துசேர்ந்தான். 'கணேசன் வந்திட்டா'னென்று ஜனங்களிடையே சலசலப்பு எழுந்தது.

கணேசன் அந்தவூர்க்காரனில்லை. மணப்பந்தத்தில் அவ்வூர் வந்தவன். வந்தேறி சில ஆண்டுகள்தானிருக்கும். வேட்டைக்குச் செல்வது, அதற்காக நாய்களைப் பயிற்றுவது, சவாரி நாம்பன்கள் வளர்ப்பது, வண்டியில் பூட்டி சவாரிக்குப் பழக்குவதுதான் கணேசனின் தொழில், பொழுதுபோக்கு எல்லாமே. வெளியூர்க்காரனென்ற ஓர் இளக்காரம் ஆட்டக்காரரிடத்திலும் இருந்திருக்கும். அவ்வாறான தருணங்களில் ஒருவகையான சினம் அவனது முகத்தில் அப்பியிருக்கும். முந்திய வருஷ போரடியில் இறுதிவரை நின்று செல்லையாவிடத்தில் தோற்றுப்போனவன் அவன். அந்த அவமானத்தை இந்த வருஷத்தில் தீர்ப்பேனென எங்கெங்கும் அவன் சொல்லித் திரிந்ததை பலரும் அறிவார்கள்.

ஏற்கனவே தம்புவின் மூன்று விடுகாய்களை அடுத்தடுத்து சிதற அடித்துவிட்டிருந்தான் செல்லையா. தன்னுடைய காய்களிலிருந்து தேர்ந்தெடுத்த பதமான ஒரு காயையே அப்போது தம்பு களத்தில் உருட்டி விட்டிருக்கிறான். அதுவும் தன்னுள் உறுமியபடி தண்ணீரில் ஊறிக் கறுத்த உருவத்தோடு சிலிர்த்துக் கிடந்திருந்தது களத்தில்.

அதுவொரு முக்கியமான தருணம். எல்லோரும் செல்லையாவையே பார்த்தபடி நிற்கின்றனர். தம்பு உருட்டிவிட்ட காயை உற்றுநோக்கிய சிவசம்பு, 'உது மணியத்தாரின்ர பின்வளவு மரத்துக் காய்போலக் கிடக்கு. அப்பிடியெண்டா செல்லையனால கஷ்ரம்தான்' என்று அருகில் நின்றவனின் காதோரம் முணுமுணுத்தான்.

போரடியென்பது, கீழே உருட்டிவிடும் தேங்காயை இன்னொரு தேங்காயினால் அடித்து நொறுக்குவதென்பது

மேலோட்டமான விபரணை. அதற்கான ஆயத்தங்களுக்கே ஓராண்டாய் மினக்கெடுவார்கள் போரடிக்காரர். ஓடு கனதியான தேங்காய் எங்கெங்கே இருக்கிறதென்பது தெரிந்து, பொச்சுரிக்காமல் அதைக் கொண்டுவந்து, அது முளைவிடாதிருக்க சிறிது நாள் வெய்யிலிலும் சிறிதுநாள் மழையிலுமாய் மாறிமாறிப் போட்டு, தேங்காயின் ஓடு இறுகுவதற்காய் மறுபடி அதைக் கிணற்று நீருள் போட்டுவைத்து என கவனம் கொள்ளவேண்டிய விஷயங்கள் நிறையவிருந்தன. எந்த வீட்டின், எந்த மரத்துக் காயைப் பதம்பண்ணி போரடிக்கு ஒருவன் கொண்டு வருகிறானென்பது ரகசிய விசாரணைகளில் எப்போதும் துளாவப்பட்டுக்கொண்டே இருக்கும். அந்த ரகசியம் வெற்றியின் ஒரு சூட்சுமமாகக் கணிக்கப்பட்டிருந்தது. கையானுக்கும் விடுகாய்க்குமான தேங்காய்களைப் பிரித்தெடுப்பதிலும் மிகுந்த சாதுர்யம் தேவைப்பட்டது. இவ்வளவுக்குப் பின்னரும் கவனம் மிகத் தேவைப்பட்டது, அவற்றைக் களவு போகாமல் காப்பதில்.

ஊரிலே தேங்காய்க் களவு சாதாரணமாக நடப்பதுதான். தென்னந்தோட்ட வளவுக்குள் முள்ளுவேலி தாண்டிப் போய் பகலிலேயே தேங்காய்க் களவுகள் நடந்துவிடும். மதியச் சாப்பாட்டுக்குப் பின்னான இரண்டு மணித் தியாலங்கள் அதற்கு மிக வாய்ப்பான நேரமாகக் கருதப்பட்டிருந்தது. அது ஒப்பீட்டளவில் மிகச் சுலபமான காரியம். ஆனால் போர்த் தேங்காய்க் களவு பெருந்திட்ட மிடலில் நடத்தப்படுவது. ஒரு கண்ணை நித்திரைகொள்ள விட்டு, மறுகண்ணைக் காவலுக்கு வைத்திருப்பார்கள் போரடிக்காரர். அது மிக மிகச் சிரமமானது.

சில வருஷங்களின்முன் போர்த் தேங்காய் களவெடுக்கப் போய் பிடிபட்ட சரவணை பட்ட அவமானம் கொஞ்சநஞ்ச

மில்லை. அத்தோடு போரடி மறந்தவர் அவர். மேலும் கையானால் விடுகாயை அடிப்பதற்கு உடற்பலம் மட்டுமின்றி, மிகுந்த தேர்ச்சியும் அவசியமாயிருந்தது. மிக்க பலத்துடன் செங்குத்தாய் இறங்கும் ஒரு கையான், உருட்டிவிடப்பட்ட சாதாரணமான தேங்காயைக்கூட உடைக்காமல் போகக்கூடும். சாய்வாக அடித்தாலோ விழுந்த தாக்குதலிலிருந்து விடுகாய் அநாயசமாய் நழுவித் தப்பிவிடும். ஆக, பலமும் தேவை; வித்தையும் தெரிந்திருக்கவேண்டும்.

ஆம்; போரடி ஒரு கலை.

போரடிக் களத்தில் செல்லையாவின் கை தம்புவின் விடுகாயை நோக்கி இறங்கிக்கொண்டிருக்கிறது. செல்லையாவின் ஆக்ரோஷத்தில் தம்புவின் விடுகாய் இந்தா சிதறிவிட்டதென கூடியிருந்த சனம் மூச்சடங்கிப் பார்வையை நிலைகுத்தியிருக்கிறது.

சடார்...! தம்புவின் விடுகாய் அடி விழுந்த அதைப்பில் துள்ளி அப்பால் விழுந்து கிடந்து சிறிதுநேரமாய் உருண்டுகொண்டிருந்தது.

ஓ... ஆ... பலப்பல ஓங்காரங்கள் கூட்டத்தினிடையே. சலசலப்பு மறைய சிறிதுநேரமாயிற்று. தம்பு நிதானமாகச் சென்று சின்னானைக் காவலுக்கு வைத்திருந்த கும்பலிலிருந்து ஒரு காயை எடுத்து வந்தான். அதுபோல் செல்லையாவும் தன் ஆள் பாதுகாத்திருந்த மூட்டை யிலிருந்து ஒரு காயைத் தேர்ந்து எடுத்துவந்து களத்தில் உருட்டிவிட்டான்.

அது கண்ட சின்னான், 'உது சரி வராது' என்று கத்தினான்.

'ஏன்?' என்றான் செல்லையா.

'தம்பரின்ர மூண்டு விடுகாயளை ஒண்டுக்குப் பின்ன ஒண்டாய் உடைச்சிட்டாய். அதால நீ இப்ப உன்ர கையானைத்தான் விடவேணும்.'

'கையான விடேலா. எங்கத்திப் பழக்கம், கையான் விடுறது? வேணுமெண்டா நான் விட்ட காயை அடிக்கச் சொல்லு; இல்லாட்டிப் போகச் சொல்லு. அதுசரி... இதெல்லாம் கேக்க நீ ஆர்? கூட வாற சிண்ணுகளெல்லாம் இந்தமாதிரிக் கேக்கேலா.'

பின்னால் தம்பு தலையிட வாய்ப்பேச்சு வலுத்தது. குடும்ப உறவுகளைக் கொச்சைப் படுத்துகிறமாதிரியான வார்த்தை களும் வெளிவரத் துவங்க பெரிசுகள் சில தலையிட்டன. மத்தியஸ்தத்திற்கு மூத்தாம்பியைக் கூப்பிட்டார்கள்.

மூத்தாம்பி ஒருகாலத்தில் போரடியில் பெரிய விண்ணனாய் இருந்திருப்பார்போல. தனக்குத் தெரிந்த போரடி அனுபவத்தில் அந்தப் பிரச்சினைக்கு அவர் சொன்ன முடிவை இரண்டு தரப்புமே ஒப்புக்கொள்ளவில்லை. கடைசியில் யுக்தமாய் ஒன்று சொன்னார்: 'உனக்கும் வேண்டாம்; அவனுக்கும் வேண்டாம்; ரண்டுபேருக்கும் பொதுவில ஒண்டு சொல்லுறன். கேக்காட்டி ரண்டு பேருக்குமே களத்தில இடமில்லை.'

மத்தியஸ்தத்திற்கு ஒப்புக்கொள்ளாமல் முரண்டு பிடிக்கலாம்; மத்தியஸ்தத்தையே மறுதலித்துவிட முடியாது. ஆட்டக்காரரின் மனநிலை எப்படியோ, ஆனால் சனம் விட்டுவிடாது.

மூத்தாம்பி தன் தீர்ப்பைச் சொன்னார்: 'செல்லையன் கையானை விடத்தான் வேணும். ஆனா தம்பன் உடையாத தன்ர விடுகாயைத்தான் இந்தமுறை கையானாய்ப் பாவிக்கவேணும்.'

இறுதியாக, இருவரும் அந்த மத்தியஸ்தத்திற்கு ஒப்புக் கொண்டனர். தம்பு வயதாளியானாலும், தண்டுதரத்தில் குறைந்தவனில்லை. உடையாத விடுகாயைக் கையானாக மாற்றிக்கொண்டு வெகுநுட்பமாக தனது அடியை இறக்கினான். ஆனால் செல்லையாவின் தேங்காய் விட்ட இடத்திலிருந்து துள்ளிப்போய் அப்பால் விழுந்து கிடந்திருந்தது. செல்லையாவின் கையான் உண்மையிலேயே திறமான காய்தான்.

செல்லையா ஹோ... ஹோவென்று அட்டகாசமாய்ச் சிரித்தான். தம்பு மேனி கோபத்தில் பற்றியெரிய நின்றுகொண்டிருந்தான்.

அடுத்த ஆட்டக்காரராக கணேசனும் சின்னத்தம்பியும் களமிறங்கினார்கள். ஜனங்கள் இன்னும் முண்டியடித்தனர். 'தள்ளி நில்லுங்கோ... தேங்காய்ச் சில்லுகள் பறக்கும்' என்று பெரியவர்கள் அவ்வப்போது சொல்லியது கேட்கும் நிலைமையில் யாருமில்லை.

கணேசன் வெல்லுவதற்கு வந்தவன். அவனுக்கு அவசரமில்லை. அவன் விடுகாய்விடச் சம்மதித்து தனது காயைக் களத்தில் ஏற்றிவிட்டான். சின்னத்தம்பியின் வலிமையில் கணேசனின் விடுகாய் சிதறித் தெறித்தது. சின்னத்தம்பிக்குப் பெரிய புளுகம். ஆனால் கணேசனுக்குத் துக்கமுமில்லை, கோபமுமில்லை.

சின்னத்தம்பியே ஒல்லித் தேங்காய்போலத்தான். எலும்பைத் தோல் மூடியிருப்பதாகத் தோன்றும் ஆறடி ஆகிருதி. ஆனாலும் அந்த உடம்பில் வலிமை பீறிட்டிருந்தது. சோர்ந்திருந்தால் நோஞ்சானும், உஷாராகிவிட்டால் இரும்பும் என்றுதான் கணக்கு. கணேசனின் மௌனம் கண்ட சின்னத்தம்பி மேலே பெரிதாகப் புளகமடைந்து விடவில்லை. கணேசன், ஒரு சாதாரணமான ஒரு காயை

திகம்பர நினைவுகள் ❁ 75

'விட்டுப் பார்த்த' தந்திரம் அதுவென அவன் தெரிந்து போனான்.

பெயர்பெற்ற இவ்வகையான போரடிக்காரரைவிட வீட்டுமரக் காய்களைக் கொண்டுவந்து பம்பலாய்ப் போரடியில் கலந்துகொள்பவர்களும் அங்கே இருந்தார்கள். அவர்களே போட்டியாளர்; அவர்களே மத்தியஸ்தர். அவர்களது விளையாட்டு சிறிதுநேரத்தில் ஆரம்பமானது.

நேரம் கடந்துகொண்டு இருந்தது. ஆளுக்கு இருபத்தைந்து காய்களென ஒதுக்கப்பட்டிருந்த எண்ணிக்கையில், முக்கியமான போரடிக்காரரெல்லாம் இப்பொழுது காயொழிந்து போனார்கள். கடைசியாக, போன வருஷம் போலவே செல்லையாவும் கணேசனும் எஞ்சினார்கள்.

உச்சிவேளை ஆகியிருந்தது.

ஒரு விடுதேங்காயும் ஒரு கையானும் கொண்டு கணேசனும், ஒரு கையானுடன் மட்டும் செல்லையாவும் களத்தில் நிற்கிறார்கள். செல்லையா கையானை விடுகாயாய் களத்தில் உருட்டிவிட்டு உச்சபட்ச உணர்வுக் கெழுமலில் நின்றுகொண்டிருக்கிறான். கணேசனின் முகத்தில் அதுவரையில்லாத ஒரு ரகசிய முறுவல் மின்னி மறைகிறது. சுற்றிச்சுற்றி வந்து வளம் பார்த்தாகிவிட்டது. ஆனாலும் இன்னும் மெதுவாகச் சுழன்று வந்துகொண்டே இருக்கிறான். உச்சிவெய்யில் யார் கவனத்திலும் இல்லை. எல்லார் கவனமும் கணேசனிலும் செல்லையாவிலும் மாறி மாறிப் பதிகின்றது.

திடீரென கோவில் முகட்டிலிருந்து கணேசன் குதித்ததுபோல் இருந்தது. அவன் எம்பியது யாரும் கண்டிருக்கவில்லை. அப்படியே ஓங்கிய கையோடு காற்றிலிருந்து இறங்கிக் கொண்டிருந்தான். அவன் நிலத்தில் விழுந்த அதே

சமயத்தில், அவனது வலது கரம் செல்லையாவின் கையானில் பதிந்தது.

தப்...பென்று ஒரு சத்தம். 'கணேசன்ர கையான் உடைஞ்சிட்டுது' என்ற யாரோ கத்தினார்கள்.

நிமிர்ந்தெழும்பிய கணேசன் ஆச்சரியத்தோடு தனது கையானை திருப்பித் திருப்பிப் பார்க்கிறான். பின் தலையை ஆட்டுகிறான். மூத்தாம்பி கிட்டவந்து இரண்டு பேரின் காய்களையும் பரிசோதித்து, 'உடைஞ்சது செல்லையன்ரதான். இந்தமுறை கணேசன் வெண்டிட்டான்' என்று போட்டியின் முடிவை அறிவிக்கிறார்.

கூட்டம் மெதுமெதுவாக கலையத் துவங்குகிறது. ஊர்நாய்கள் சில வந்து 'டீக்... டீக்' என்ற அதட்டல்களையும் மீறி உடைத்துப்போட்ட கும்பியிலிருந்து தேங்காய்ப் பாதிகளைக் கவ்விக்கொண்டு ஓடுகின்றன. சிறுவர்கள் இன்னும் உடைந்த தேங்காய்த் துண்டுகளை வைத்து காந்திக்கொண்டு இருக்கிறார்கள்.

ஐயாவும் என்னைக் கூட்டிக்கொண்டு வீடு வருகிறார்.

இரவாகிற நேரத்தில் செய்தியொன்று பறந்துவருகிறது, வீடு புகுந்து கணேசனின் மண்டையைச் செல்லையா உடைத்துவிட்டதாக. மறுநாள், முதிர்காலையில் இரண்டு பொலிஸ்காரர் சைக்கிளில் பனையடிப் பிள்ளையார் கோவிலடி போவதைக் கண்டபோது செய்தியின் உண்மை மட்டுமன்றி, விஷயத்தின் பாரதூரத்தனமும் உறுதியாகிறது.

எல்லாம் எண்ணிய எனக்கு ஒரு போர்க்களம் கண்ட பரவசம் பிறந்தது.

12

பாலன் பஞ்சம் பத்து வருஷமென்று ஊரிலே சொல்வார்கள். ஐயாவும் இதை அவ்வப்போது சொல்லியதை இப்போது என்னால் நினைக்கமுடிகிறது. பத்து வருஷமானால், பெற்ற மகன் குடும்பத்துக்கு பலன் தரத் தொடங்குவானென்ற அர்த்தம்பொதிந்த அந்தப் பழமொழி தலைமுறைகள் முந்தியதாகத்தான் இருக்கமுடியும். அர்த்தம் பொருத்த மற்றும், காலத்தின் மறதியில் தொடர்ந்துகொண்டி ருந்ததாகவே இதைக் கொள்ளவேண்டும்.

இது எப்படிப் போனாலும், எண்ணிப் பத்தாவது வருஷத்தில் என் தந்தையின் மரணம் - அல்ல, கொலை நிகழ்ந்தது. கண்கண்ட சாட்சி நான். ஒரு சனிக்கிழமை இரவு எட்டு மணியளவில் நடந்த அந்தக் கொலைக்கு வருஷங்கள் கடந்த பின்னணி இருந்திருந்ததைப் பின்னால்தான் அறிந்தேன். தாழ்ந்த - உயர்ந்தவென்ற சாதிப் பிரச்சினை தோன்றவில்லை; உன் மதம் என் மதமென்ற பிணக்கு உண்டாகவில்லை; காலகாலமாய்க் குமைந்துகொண்டிருந்த வெறும் அழுக்காறு, அவா, வெகுளிகள் அந்தக் கொலையை நிறைவேற்றியிருந்தன.

எந்தளவு துக்கமும் வடியத்தான் செய்யும். ஆனாலும் சுமையென்னவோ ஏறிக்கொண்டிருக்கவே செய்தது. அம்மா அநாதரவாய்த் தளர்ந்துகொண்டு இருந்தார். 'கூலி கொடுத்தாலும் குளிர்ந்த ஒரு நிழல் இல்லையே' என்று மனங்குலைந்து ஒப்பாரியில் அவர் அழுகிறபோது அவரின்

சோகத்தை என்னால் உணரமுடிந்தது. எனக்குள்ளும் அழுந்திக்கிடந்த சோகம் பீரிட்டுக் கிளம்பியது.

ஏறக்குறைய ஆறேழு மாதங்கள் கடந்திருந்தநிலையில் கொலை வழக்கு விசாரணை கீழ்க்கோர்ட்டுக்கு வந்தது. வீட்டுக்கு வரும் தெரிந்தவர்களதும், உறவினர்களதும் பேசுகிறபேச்சில் ஜீ.ஜீ. என்ற அந்தப் பெயரை முதன்முதலாக அறிகிறேன். அவர்பற்றிய பிரஸ்தாபங்களும், அவரது முந்தைய வழக்குகளில் சாட்சிகள் எவ்வாறு உளறிக்கொட்டினார்கள், சில சாட்சிகள் எவ்வாறு சாட்சிக் கூண்டுக்குள்ளேயே மயங்கி விழுந்தார்கள் என்பதிலுமான விபரணைகளில் ஒரு பயம் என் மனத்துள் வந்து விழுந்துவிடுகிறது. கீழ்க்கோர்ட்டிலேயே அந்த வழக்கைத் தள்ளுபடி செய்வித்துவிடுவதாக வெஞ்சினம் கூறி ஒரு தவணைக்கு அப்போது ஐந்து ஆயிரம் ரூபா பெற்றுக்கொண்டிருந்த அந்த அப்புக்காத்தை எதிர்த் தரப்பினர் ஏற்பாடு செய்திருந்தார்கள்.

கீழ்க்கோர்ட்டில் வழக்கு விசாரணையாகவிருந்த அன்று நாங்கள் சாவகச்சேரி நகர் சென்று நீதிமன்றத்தில் காத்திருக்கிறோம். அதன் மஞ்சள்நிறச் சுவர்களோடுள்ள பிரமாண்டமான கட்டடமே வியப்புத் தரக்கூடியது. முதல்முறையாக நீதிமன்றத்தின் உள்ளரங்கைப் பார்க்கும் எனக்குப் பதற்றம் பிடிக்கிறது. எல்லோரும் வியந்து கொண்டிருந்த அந்த ஜீ.ஜீ. யாரென எனக்குத் தெரிந்திரா விட்டாலும், அவரது உருவ வர்ணிப்பில் கறுப்பு உருவமும், பெரிய கண்களும், அகன்ற நெற்றியுமுள்ள ஒரு கட்டை ஆகிருதியை எண்ணிக்கொண்டு, அந்தளவு அப்புக்காத்துகள், பிரக்கிராசிமாருக்குள் அவரைத் தேடுகிறேன்.

நீதிமன்றம் கொள்ளாத கூட்டம். வழக்கையல்ல, ஜீ.ஜீ.யைப் பார்க்கவந்த கூட்டம்தான் அது. என் தாத்தா முறையான

ஒருவர் என்னருகே வந்து, ‘உன்னை ஆர் கேள்வி கேட்டாலும் அந்த ஆளின்ர முகத்தைப் பாராதை, நேராய் நீதவானைப் பாத்து பதில் சொல்லு. பயப்பிடாத. நாங்கள் உனக்குப் பின்னாலதான் இருப்பம்’ என்றுவிட்டுப் போகிறார்.

ஜீ.ஜீ.யைப் பார்ப்பதே ஓர் அச்சுறுத்தல்போல் என் மனத்தில் மேலும் பயம் வந்து கவிகிறது.

நீதிமன்றத்தில் குசுகுசு இரைச்சல்களை அடக்கிக்கொண்டு நீதிபதி பிரசன்னமாகிறார்.

முதல் வழக்கு எங்களது. முதல் சாட்சி நான்.

ஆனால் ஜீ.ஜீ. வந்து கேள்விகளால் வழக்கை நடாத்தினார். அரச தரப்பு வழக்கறிஞர் அன்று ஜீ.ஜீ.யை எதிர்ப்பதின் மூலம் பெயரெடுக்க நினைத்தவர்போல் அவரது கேள்விகள் பலவற்றை மறுத்துக்கொண்டிருந்தார். நீதிபதியும் என் வயது கருதி கூடுதலான அனுசரணை செய்ததாகத் தோன்றியது. மதியத்தின்மேல் மூன்றாவது சாட்சியின் விசாரிப்பில் சாட்சியாகிய சின்னத்தம்பி விசாரணைக் கூண்டுக்குள்ளேயே மயங்கி விழுந்தான். இரண்டு நாட்கள் விசாரணை நடந்தது. ஒன்றும் பிரயோசனமில்லை. வழக்கு சுப்ரீம் கோர்ட்டுக்கு பாரப் படுத்தப்பட்டது.

கண்கண்ட சாட்சியெனினும் இம்மாதிரி வழக்குகளில் சாட்சிகளைத் திணறடித்து உண்மையைப் பொய்யாக்கிடும் வன்மைவாய்ந்த வழக்குரைஞர்கள் இருக்கத்தான் செய்தார்கள். ஜீ.ஜீ. அதில் நம்பர் வண். வழக்கு சுப்ரீம் கோர்ட்டுக்குப் பாரப்படுத்தப்பட்டதை ஏதோ நானடைந்த பெருவெற்றியாக எண்ணி என்னைப் பாராட்டியதோடு, எங்கள் சொந்தத்தின் மூத்ததுகளெல்லாம் அன்று மாலை வரை வீட்டிலிருந்து குடித்துக் கொண்டாட்டமும் போட்டன.

நான் எங்கள் உற்றம் சுற்றத்தார் மத்தியில் ஹீரோவாகி விடுகிறேன். வீடு சென்ற பின்னால், அப்புக்காத்துவின் முகத்தைப் பார்த்து பதில் சொல்ல வேண்டாமென எனக்குச் சொன்ன பெரியவர், தான் சொன்னது பெரிய நன்மை விளைத்ததான எண்ணத்தோடு என்னை அணுகினார். சுப்ரீம் கோர்ட்டில் விசாரணை நடக்க எவ்வளவு காலமாகுமென்று தெரியாது; ஒரு வருஷமாகலாம், இரண்டு வருஷங்களும் ஆகலாம்; அந்த நீண்ட இடைவெளியில் நான் பல விஷயங்களை மறந்து விடக்கூடும்; அதனால் விசாரணையில் கேட்கப்பட்ட கேள்விகளையும், அதற்கு நான் சொன்ன பதில்களையும் ஒரு கொப்பியில் எழுதி வைக்கும்படியும் கூறுகிறார்.

கணவனை இழந்த துக்கமிருந்தாலும், எதிரிகளுக்குத் தண்டனை கிடைக்கக்கூடிய சாத்தியத்தினால் ஓரளவு மனவமைதி கொண்டிருந்த அம்மாவும், 'ராசா, அப்பு சொல்லுறதுதான் சரி, நீ எல்லாத்தையும் ஒரு புதுக்கொப்பி எடுத்து எழுதி வை' என்கிறார்.

ஒரு வாரமாக அந்த விசாரணையை யோசித்து யோசித்து மைக்கூடும் பேனைத் தடியும் கொண்டு நான் எழுதுகிறேன். காலைகளில் மாலைகளில் இரவுகளில் சாமங்களிலென எழுதி எழுதி ஏறக்குறைய நாற்பது பக்க அந்த ஒற்றை றூள் கொப்பியில் இருபத்தைந்து இருபத்தாறு பக்கங்களை முடித்துவிட்டிருக்கிறேன்.

நான் விசாரணையை எழுதி வைத்திருக்கிற விஷயம் ஊரில் கதையாகப் பரவுகிறது. 'பொடியன் கெட்டிக்காறன். விசாரணையை எழுதி வைச்சிருக்கிறான். எப்பிடியும் சுப்ரீம் கோர்ட்டில பத்துப் பத்து வருஷமாவது எதிரியளுக்குக் கிடைக்கும்' என்று சுற்றத்திடையே நம்பிக்கை வலுக்கிறது. அது எதிரி தரப்புக் குடும்பத்தில் இடியாய் இறங்குகிறது.

நான் எழுதிவைத்த 'விசாரணை' கொப்பியைப் பார்க்கவே உறவினர் சிலர் வருகிறார்கள்.

இரண்டு வருஷங்களுக்குப் பிறகு சுப்ரீம் கோர்ட்டில் நடந்த விசாரணையில் வழக்கு தள்ளுபடி ஆகிவிடுகிறது.

அம்மா மற்றும் உறவினர் எல்லோருக்குமே அது பெரிய துக்கம். எனக்கும்தான். ஆனாலும், அந்தளவு காலம் வழக்கு நீண்டு சென்றதே பெரிய காரியமாய் சமாதானம் அடைய வேண்டியதாயிற்று. கீழ்க்கோர்ட்டிலேயே வழக்கைத் தள்ளுபடி செய்வித்துவிடுவதான எதிர்த்தரப்பின் சூழுரையைத் தடுத்ததே ஒரு வெற்றிதானே!

எனக்கு அந்த வழக்கு பெரிய ஆதாயத்தைச் செய்ததென்பதைப் பின்னாலேதான் உணர்ந்தேன். அது, பதினொரு வயதில் நான் எழுதிவைத்த அந்த 'விசாரணை'. முதலில் வாசிப்பு வந்தது. இப்போது எழுத்து வந்திருக்கிறது.

பகலில் மட்டுமாயே இருந்தது என் வாசிப்பு. நீண்டகாலம் மின்சாரமிருக்காத என் ஊரில் இரவு வாசிப்பு மண்ணெண்ணெய் விளக்கு வைத்துக்கொண்டே நடத்தச் சாத்தியமிருந்தது. பள்ளிக்கூடப் பாடங்களே இரவுக்கானவை என எனக்குக் கண்டிப்பாய்ச் சொல்லப்பட்டிருந்ததில் என் பிற வாசிப்புகளைத் தினசரியின் மாலைகளும், சனி ஞாயிறுகளும் அடைத்துக்கொண்டன.

கதைப் புத்தகங்கள் கிடைப்பது சிரமமானநிலையில் சிரஞ்சீவி, மேதாவி, பி.எஸ்.ஆர், தமிழ்வாணன் போன்றோரது மர்ம, துப்பறியும் புத்தகங்களே கிடைப்ப தாயிருந்தன. அவ்வாறு எனக்குக் கிடைத்த முதல் புத்தகம், எழுதியவர் பெயர் மறந்துபோன 'வடிவாம்பாளின் உயில்' என்பதாகும்.

13

ஐயாவின் மரணத்துக்குப் பிறகு எனக்கு மிச்சமாகிப் போனவை அவரது நினைவும், அவர் பாவித்த ஒரு பழைய சைக்கிளும்தான். முன்பே சைக்கிள் எடுத்து ஓடித்திரிய வீட்டிலே எனக்குக் கட்டுப்பாடிருந்தது. சைக்கிள் பழகுகிறேனென்று போய் ஒருநாள் றோட்டில் விழுந்து முழங்கை எலும்பு விலகிப்போன நாளிலிருந்து அந்தத் தடை. அதற்காக ஒட்டகப்புலம் நோவு எலும்பு முறிவு வைத்தியரிடம் மூன்று மாதங்களாக அலைந்திருக்கிறேன். இப்போது அம்மா, பெரும்பாலும் தன் சோகத்துள் இருந்த நிலையில் நான் கட்டறுத்தவனாய் திசையெங்கும் அலைந்து திரிந்தேன்.

இப்பவோ அப்பவோ, ஒருபொழுதில் என் குடும்பத்தாருடன் வாடகைக் காரிலும், பஸ்ஸிலுமாய் நான் கலகலத்துச் சென்ற பாதைகளின் காடும், வயலும், வெளியும் பேசிய மௌனம் என் அலைவின் சுகிப்பாயிற்று. மாலையின் மஞ்சள் வெளிச்சங்கள் மட்டுமில்லை, நிலாவின் மென்னொளி இரவுகளும்கூட என் அலைதலின் பொழுதுகளாயின.

பள்ளிப்பாடங்கள் தவிர்ந்த புத்தக வாசிப்பும், பள்ளிக்குச் செல்லாமலே மேற்கொண்ட ஊர் அலைவும் எனக்குள் புதிய ஓர் உலகத்தைத் திறந்தபோதும், அதைச் சரியாகப் புரிந்துகொள்ள முடியாதவனாகத்தான் இருந்தேனென்று சொல்லவேண்டும். ஒரு இலக்கு நோக்கியல்லாமல் வெறும்

அலைதலாக அது இருந்தது. அப்படியேதாவது பலன் அதிலிருக்குமாயிருந்தாலும் அதன் பேறு உடனடியான அறுவடைக்குச் சாத்தியமில்லாததே. பன்னிரண்டு வயதில் சரியான ஒரு செல்நெறியை நான் உணர்ந்து உள்வாங்கிவிட முடியாது. அதற்கான காலம் வரவேண்டியிருந்தது. எனினும் அப்பாதைகளில் என் காலளந்த தூரங்கள் அனுமானிக்க முடியாதவை.

இந்த விட்டேத்தியான அலைவு என்னொத்த வயதுடைய சிறுவர்களிலிருந்து என்னை விலக வைத்து ஒரு தனிமை விரும்பியாய் என்னை ஆக்கிற்றெனில், என் பள்ளிப் படிப்பையும், ஒழுங்கையும் அது சீரழிக்கவும் செய்தது. வகுப்பு நிலை பதினைந்திலிருந்து இருபதுக்கும் அதற்கு மேலேயும்கூட நகர்ந்தது.

ஒருகாலத்தில், நடந்தும் வண்டியிலும் வளர்ந்தவர்களுடன் சைக்கிளிலும் சென்று நான் பார்த்த சாவகச்சேரி நகரத்தை, அப்போது நானே என் அலைதலில் சென்று சேர்ந்ததின் முக்கியமான விளைவு ஒன்றேயாகவிருந்தது. வேம்படிச் சந்தியடியிலிருந்த மகாலட்சுமி புத்தகசாலையும், கோட்டடி யிலிருந்த சரஸ்வதி புத்தகச்சாலையும் என் கண்ணில்பட்டன. பஸ் நிலையத்திலிருந்த சஞ்சிகைக் கடை அடுத்த முக்கியத்துவம் வாய்ந்த இடமாகவிருந்தது. கல்கண்டு அப்போது பதினைந்து சதம் விற்றதாய் ஞாபகம். இன்னொரு முக்கியமான அம்சம், இருபத்தைந்து சதத்துக்கு விற்ற 'காமரசம்', 'இன்ப லீலை' போன்ற பெயர்களில் பெண்களின் நிர்வாணப்பட அட்டைகளுடனிருந்த புத்தகங்கள். இந்த விஷயம் எனக்கு அரைகுறையாகத் தெரிந்திருந்தது. அசைவுகளும் ஓசைகளும் அயலின் செத்தை வீடுகளில் கண்டு கேட்டிருந்ததுதான். யாரும் யாருக்கும் சொல்லித் தெரியவேண்டியில்லாத உயர் கலை அது. வாங்கிவிட விருப்பமிருந்தும் என் வயது அந்தத்

தடையைக் கடைக்காரர் என்ன சொல்வாரோ என்ற பயத்தில் விதித்துக்கொண்டது. எந்தக் கடைக்காரனாவது எது நினைத்தால் எனக்கென்ன என்று எண்ணுவதற்கு இன்னும் சிறிதுகாலம் போகவேண்டியிருந்தது.

எனது தந்தை இறந்த நாளிலிருந்தே விளைவேலி என்ற கிராமத்திலிருந்து ஒவ்வொருநாளும் அந்த இரண்டு கட்டை தூரத்தை நடந்தே வந்து, இரவிலே துணையாகப் படுத்துவிட்டு, காலையில் திரும்பிச் சென்றுகொண்டிருந்தார்கள் என் பெரியம்மாவும் பெரியையாவும். ஏறக்குறைய இரண்டு மூன்று ஆண்டுகளாக அவ்வாறு செய்தார்கள். கள்வர், கயவர் பயங்கள் இருந்த அந்தக் காலத்தில் அம்மாவுக்குப் பெரிய ஆறுதலாக இருந்தது அந்தத் துணை. ஐயாவின் மரணம்வரை நன்மை தின்மைகளுக்குக்கூட அணுகாமலிருந்த சொந்தங்கள் அவை. அம்மா கடைசிவரை அவர்களது உதவியை மறவாதே யிருந்தார். அந்தக் கூளங்கைப் பெரியையாவை எனக்கு ஆரம்பத்திலிருந்தே பிடிக்கவில்லை. அவர்பற்றி நான் ஏதாவது புறணி, அவரில்லாத சமயங்களில், புறுபுறுக்கிற பொழுதில், 'கொப்பர் செத்த நாளிலயிருந்து இழவு காக்க வாற ஆக்கள் அதுகள், நோக நொடிய ஒரு வார்த்தை சொல்லக்கூடாது' என்று அம்மா என்னைக் கண்டித்திருக்கிறார்.

அதனால்தான் அவர்மேலான வெறுப்பு என்னில் மெதுவாகவேனும் நீங்கியது. பெரியம்மா ஒரு போந்த பொலிந்த மனுஷி. என்றும் சிரித்த முகம். அவரது அணைப்பு என் சில மனக் கல்மிஷங்களைப் போக்கிற்றென இப்போது தெரிகிறது. அது என்னைப் பெரிதாயில்லாவிடினும் ஒரு வட்டத்துள் நிற்கவைத்தது.

14

புருஷனையிழந்த லட்சுமி, எங்கள் கிராமத்தில் பெரிய வீராங்கனை. இந்த நினைவேற்ற முயற்சியைத் தொடங்கிய போதே அவளைப் பதிவாக்காமல் தவறிவிடக்கூடாதென்று மனத்துள் நிச்சயம் செய்துகொண்டேன். அத்தனைக்கு அந்தக் காட்டுத்தனமான வீரம் எனக்குப் பிடித்திருந்தது.

லட்சுமிக்கு இரண்டு பெண்பிள்ளைகள். புருஷன் இறந்து ஆறேழு வருஷங்கள். கூலி வேலை செய்து குடும்பத்தைப் பராமரித்தாள். இரண்டு பெண்பிள்ளைகளிலொன்று சொந்தமாய்த் தறி போட்டு வீட்டிலிருந்தே நெய்து ஏதோ சம்பாதித்துக்கொண்டிருந்தாள்.

அன்று ஒரு சனிக்கிழமை. அது முழுக்கு நாள் மட்டுமில்லை; சந்தை நாளும். சந்தை போகாதவர்கள் வீச்சு மீன் வாங்குவார்கள். ஆடு 'அடிக்கிறது'ம் உண்டு. சனி ஊரில் ஒரு பெரிய வேள்வியின் ஆரவாரங்களைக் கொண்டிருக்கும்.

லட்சுமியின் வீடு கல் றோடொன்றும், ஒரு மணல் ஒழுங்கையும் இடைவெட்டிய சந்தி மூலையிலிருந்தது. அவளின் வேலி முன்பகுதி கிடுகினாலும், பக்கவேலிகள் பனை ஓலையினாலும் அடைக்கப் பெற்றிருந்தன. வீடு ஒழுக்கு விழுந்தாலும், வேலி பொத்தல் விழக்கூடாதென இருந்தவள் லட்சுமி.

‘கொட்டி’லில் கள்ளடித்துவிட்டு வருபவர்கள் திசைக் கொன்றாய்ப் பிரிந்துசெல்வதன் முன் நின்று ‘ஞாயம் புறிக்கிற’ இடம் இரவானாலும் பகலானாலும் அந்தச் சந்திதான். அது லட்சுமிக்குப் பெரிய இடைஞ்சல்.

லட்சுமி வாசலில் நின்று சிலவேளை திட்டியிருக்கிறாள், ‘அக்கம்பக்கத்தில குடிமனையிருக்கெண்டு நினைச்சு கதைக்கிறாங்களில்லை, பொம்பிளயள் இருக்கிற வீடெண்டு ஒரு மட்டுமரியாதையில்லை, ஒரே தூஷணமாய்க் கொட்டுறாங்கள். சளசளவெண்டு மாடுமாதிரி வேலியில மூத்திரம் அடிக்கிறது வேற... கண்ணில படட்டும், அண்டைக்குக் காட்டுறன் நான் ஆரெண்டு’ என்று.

அதை அறிந்தவர் சிலர் திருந்தினார்கள்; அறியாதோரும் பொருட்படுத்தாதோரும் அவ்வண்ணமே தொடர்ந்தார்கள்.

அன்றைய சனிக்கிழமை சந்தைக்குப் போய்விட்டு இரண்டு கட்டை தூரத்தை அந்த நட்டநடு மத்தியான வெய்யிலில் நடந்துவந்த களைப்போடு திண்ணையிலமர்ந்து ஆசுவாசம் அடைந்து கொண்டிருந்தாள் லட்சுமி.

திடீரெண்டு தறியில் நெய்துகொண்டிருந்த மகள் சிரித்தாள். லட்சுமிக்கு விளங்கவில்லை, அவள் ஏன் சிரிக்கிறாளென்று. எழும்பி தறியடிக்கு விறுவிறுவென வந்தாள். மகள் பார்த்த திசையை உன்னிக்க, சர்ர்ர்ரென எழுந்துகொண்டிருந்த சத்தம் கேட்டது.

அவளுக்கு விளங்கிவிட்டது. உடனேயே படலையைத் திறந்துகொண்டு வெளியே ஓடிவந்தாள்.

‘மாப்பிளை’க் கந்தன் சாரத்தைத் தூக்கிப் பிடித்துக்கொண்டு வேலியில் ஒன்றுக்கு அடித்துக்கொண்டிருந்தான்.

லட்சுமியால் பொறுக்கமுடியவில்லை. 'ஏன்ரா நாயே, என்ர வேலியோடா கிடைச்சிது நீ மூத்திரம் பெய்யிறதுக்கு?' என்று கத்தினாள்.

அவள் கோபம் நியாயமென்று கந்தன் பேசாமல் போயிருக்கவேண்டும். ஆனால் அவனோ வெறியில் நின்று, 'உனக்கென்னடி செய்யிது நான் ஒழுங்கையில மூத்திரம் அடிச்சா? எதோ காணாததைக் கண்டதுமாதிரி நிண்டு துள்ளுறாய்' என்று நாட்டாமை விட்டுக்கொண்டிருந்தான்.

லட்சுமியின் குணம் தெரிந்திருக்க அவனுக்கு வாய்ப்பில்லை.

'உனக்கு நாக்கும் நீளமடா' என்றுவிட்டு உள்ளே ஓடியவளுக்கு அடுக்களைப் பக்கமிருந்த மீன்வெட்டும் கத்திதான் கண்ணில்பட்டது. எடுத்துக்கொண்டு பாய்ந்து வெளியே வந்தாள்.

கந்தன் எதிர்பார்க்கவில்லை. அப்படியொரு சந்நதக் காளியைத் தன் வாழ்நாளில் அவன் கண்டிருக்கவும் மாட்டான்; கேட்டிருக்கவும் மாட்டான். இனி வேறுவழி யில்லை. இறங்கின சாரத்தைத் தூக்கிக்கொண்டு எடுத்தான் ஓட்டம். அவன் ஓடுகிறானேயென்று லட்சுமி விட்டுவிட வில்லை. கட்டிய சேலையை மன்னிப் பிடித்துக்கொண்டு கையில் ஏந்திய கத்தியோடு துரத்தினாள்.

படலைகளில் நின்று சனம் வேடிக்கை பார்த்தது. கல் றோட்டு முடிந்தவிடத்தில் கந்தன் வயலுக்குள் பாய்ந்தோடி னான். லட்சுமி விடவில்லை. வயலின் பாதி தூரம் கடப்பதற் குள் லட்சுமியின் கைக்கெட்டிய தூரத்தில் இருந்து கொண்டிருந்தான் கந்தன். கந்தனால் அவளின் ஓட்டத்துக்கு ஈடுகட்ட முடியவில்லை. இந்தா, இன்னும் சில கவடுகளில் அவள் கந்தனைப் பிடித்துவிட்டாளென்று தோன்றியது.

துர்ப்பாக்கியங்கள் அவ்வாறெல்லாம் நிகழக்கூடாது. அந்தச் சமயம் பார்த்து அவன் வரம்பில் இடறுப்பட்டு விழுந்துபோனான். சாரமும் உருவப்பட்டு அலங்கோலமாய் உழுத வயலில் கிடந்து உழன்றான் கந்தன்.

'ஐயோ!' கந்தன் அலறினான்: 'காப்பாத்துங்கோ... காப்பாத்துங்கோ!'

லட்சுமியின் ஆக்ரோஷத்தைத் தடுக்க ஆளில்லை. அவள் கத்தியை ஓங்கியவாறு மறுகையை நீட்டியபடி குனிய, குளக்கரையில் நின்றிருந்த இரண்டொருவர் பாய்ந்துவந்து கந்தனைக் காப்பாற்றினர்.

கந்தன் செய்த காரியத்தைச் சொல்லி லட்சுமி கத்தினாள். கேட்டவர்கள், 'இந்தமுறை பொறுத்துப் போ, அக்காச்சி. இனிமேப்பட்டு உந்தமாதிரி எதுவுமெண்டா சொல்லு, நாங்களும் வாறம் சேந்து நறுக்க' என்று அவளை ஆறுதற்படுத்தினர்.

கொஞ்சகாலமாய் அந்தக் கதை சனங்களின் பேச்சில் பிரஸ்தாபமாகிக்கொண்டே இருந்தது. அயலூர்களுக்கும் பரவிற்று. பரவிவந்த இடத்தில் நான் பிடித்த கதை இது.

15

மாரிக்காலத்தின் ஒரு அதிகாலை நேரத்தில், முதல்நாளிரவில் வீசிய காற்றுக்கு முற்றம் முழுக்க இறைந்து கிடந்த பூவரசின் பழுத்த மஞ்சள் இலைகளை அம்மா பெருக்கிக்கொண்டிருக்க, விறாந்தையில் தூக்கம் இன்னும் கலைந்துவிடாத சோம்பேறித்தனத்துடன் நிலம் பதித்த பார்வையோடு போர்வையை மேலிலே சுற்றியபடி நான் அமர்ந்திருந்தேன். பூவரசமிலைகளின் பல்வேறு தர மஞ்சள்கள் தவிர என் கவனத்தைக் கவர அங்கே வேறெந்த அம்சமும் இருந்திருக்கவில்லை.

'மழை வரப்போறமாதிரிக் கிடக்கு. எழும்பிப் போய் முகத்தைக் கழுவியிட்டு வா' என்று அம்மா எனக்குச் சொல்லுகிறார். தூக்கம் கலைந்தாலும் சோம்பல் கலைந்து விடாத நான், 'போறனம்மா' என்று சொல்லிக்கொண்டே இன்னும் அந்த இடத்தைவிட்டு அகலாமல் தொங்கிக் கொண்டிருக்கிறேன்.

தெருவில் வந்துகொண்டிருந்த ஒருவர் அம்மாவுடன் படலையில் நின்று பேசிவிட்டுப் போகையில், 'கெதியாய் கூட்டி முடியுங்கோ. பருத்துறைக் கடல் இரையிறது கேக்குதெல்லே? நல்ல மழைதான் கொட்டப்போகுது' என்கிறார். அம்மா கூட்டுவதில் விட்ட கணப்பொழுது வெளியில் நானும் செவிமடுக்கிறேன், காற்றில் மிதந்து கொண்டிருந்த கடற்பேரோசை.

பருத்தித்துறைக்கும் சாவகச்சேரிக்குமிடையில் விரிந்து கிடந்தது வயலும் தரைவையும் சிறுகாடுமான பெருவெளி. பன்னிரண்டு மைலளவுக்கானதாய் அது. எங்கள் வீட்டிலிருந்து பத்து மைல்களாவது இருக்கும். அந்தளவு தூரத்திலிருந்து இரையும் கடலின் சத்தம் இவ்வளவு தூரம் கடந்துவந்திருக்குமெனில், ஆயிரம் தரைவைகளைவிடவுமே கடல் பிரமாண்டமாய் இருக்கவேண்டும்! சாவகச்சேரியில் தரவைக்கடல் பார்த்திருக்கிறேன். அதுபோல் கைத்தடியிலும் நாவற்குழியிலும் எழுந்திருந்த பாலங்களுக்குக் கீழால் விரிந்திருந்த தரைவையில் அலையடித்த நீர்ப்பரப்பும் கண்டிருக்கிறேன். அவை சப்தமெழுப்பியதே இல்லை. இரைந்தது கேட்டதாய் யாரும் சொன்னதுமில்லை. ஆனால் கண்டிராத கடல் பத்துக்கட்டை தூரத்திலிருந்து எழுப்புகிற சப்தம் இங்கே கேட்கிறது.

கடலின் பிரமாண்டம் காண அன்றைக்கேதான் என் மனத்துள் ஆசை விழுந்திருக்கவேண்டும். அதன் நிறைவேற்றத்துக்கான ஒரு நாளுக்காய் காத்திருந்தேன். மதியத்துக்கு மேலான பொழுதுதான் ஊர்சுற்ற வாய்ப்பானது. சனியோ, ஞாயிறோ. ஒரு மதியத்தின்மேல் நான் கடல் பார்க்க சைக்கிளேறிப் புறப்பட்டேன்.

கிழக்குப் பக்கமாய் அல்லது வடக்குப் பக்கமாய் போ என வழி சொல்லும்போது, உச்சி வேளையாயிருந்தால் வடக்கெது கிழக்கெதுவெனத் தெரியாது எனக்கு. அவ்வளவு 'திசைஞானம்' பெற்ற நான், துணிந்து புறப்பட்டதை நினைத்தபோது ஆச்சரியமாக இருந்தது.

கனகம்புளியடி ஐந்து ரோடுகள் இணைகிற சந்தி. அதில் தென்பட்ட ஒரு தேத்தண்ணிக் கடையில் சைக்கிளை நிறுத்தி தேநீர் குடித்து, வேறொரு சைக்கிளில் பம் வாங்கி இரண்டு சில்லுகளையும் நிறைத்துக்கொண்ட பின்னரும்

இன்னும் தயங்கிக்கொண்டு அதிலேயே நின்றிருந்தேன். கடையில் நின்றவர்கள் போனபின் ஐந்து சதத்துக்குப் பீடி கேட்டேன். கடைக்காரர் என்னை ஒருமாதிரி பார்த்துக் கொண்டுதான் பீடி தந்தார். பத்து வயதில் பீடி புகைக்கிறவர்கள் இருக்கிற காலத்தில் பதின்மூன்றாம் வயதைத் தொட்டிருந்த நான் பீடி வாங்குவதை யார் கேட்கமுடியும்? பீடியோடு கூடவே ஒரு யானை மார்க் தீப்பெட்டியும் வாங்கிக்கொண்டேன். லங்கா தீப்பெட்டி அப்போது நான்கு சதம் விற்றுக்கொண்டிருந்தும், மழைக்காலத்தில் அதிகமாக அதை யாரும் வாங்குவதில்லை யென்பதை ஞாபகம்கொண்டு நான் ஐந்து சதம் கொடுத்து யானைப் பெட்டி வாங்கினேன்.

எனது பயணம் தொடர்ந்தது.

கனகன்புளியடி கழிய சரசாலை. சரசாலையூர் கழிய சரசாலையான் காடு வந்தது. சரசாலையான் காடு பெருவனமல்ல, பறுகுக் காடுதான். சைக்கிளை உழக்கியபடி நான் பீடி புகைத்தேன். சூழ்ந்திருந்த ஏகாந்தம் என்னுள்ளும் உறைந்தது.

ஊரில் அப்போது காலையிலேனும் 'சுத்து' புகைக்கிற நிறைய ஆண்கள் இருந்தார்கள். பெண்களும் சுத்து புகைப்பதைக் கண்டிருக்கிறேன். இராமநாதன் அண்ணன் சிகரெட் புகைப்பான். அப்போது திறீ றோசஸ் சிகரெட் இருந்தது; நேவிகட் இருந்தது. இவை பில்டர் இல்லாத சிகரெட் வகை. பில்டருள்ள ஒரு சிகரெட்டும் இருந்தது. அதற்கு ஆடத் என்று பெயர். இராமநாதன் அண்ணன் தவிர 'சரியான தடிமனாய் இருக்கு, ஒரு நெவிக்கற் அடிச்சாத்தான் சரிவரு'மென்று சின்னத்தம்பி மாஸ்ரர் சிகரெட் புகைத்ததையும் கண்டதுண்டு. இவர்களைக் கண்டே நான் பீடி புகைக்க ஆரம்பித்தேனென்று சொல்லமுடியாது.

'இழுக்க இழுக்க இறுதிவரை இன்பம் தருவது - சேலம் சொக்கலால் ராம்சேட் பீடிகளே' என்றும், 'மகிழ்ச்சிக்கும் உற்சாகத்துக்கும் இன்றே வாங்கிப் பாவியுங்கள் - ராஜா பீடி' என்றுமான இலங்கை வானொலி வர்த்தக ஒலிபரப்பின் விளம்பரங்களைக் கேட்டும், ஆர்.வி.ஜி. என்ற உள்ளூர் பீடி கம்பெனியின் பத்திரிகை விளம்பரத்தைப் பார்த்தும் பீடியின் மேலான இந்த மையல் என்னில் வந்திருக்கச் சாத்தியமுண்டு. அத்துடன் சிகரெட் அல்லது பீடியின் புகையை மூக்கினால் சிலபேர் விடுகிற விசித்திரமும் என்னை வசீகரித்திருக்க முடியும்.

ஒரு சதத்துக்கு உற்சாகத்தையும், ஊக்கத்தையும், மகிழ்ச்சியையும் வாங்க முடியுமானால் அதை ஏன் விட்டுவிட வேண்டும்? அதிலும் சேலம் பீடியை இழுக்க இழுக்க இறுதிவரையிலும் இன்பம் கிடைக்கிறதுதானே! நானும் சேலம் பீடிகளையே வாங்கி இன்பத்தைப் பெருக்கினேன்.

வெகுகாலத்தின் பின் காசநோய்பற்றிய விழிப்புணர்வு பெற்ற வயதில் ஆறு தடவைகள் புகை பிடிக்கும் பழக்கத்தை நிறுத்த முயற்சித்திருக்கிறேன். ஒவ்வொருதடவையும் ஒருசில மாதங்களுக்கு மேல் நிறுத்தமுடியவில்லை. 'இழுக்க இழுக்க இன்பம்' என்ற மயில்வாகனத்தின் குரல் மனத்துள்ளிருந்து என் வெற்றியை இறுதியில் உடைத்தே விடுகிறது. இதற்காக விளம்பரதாரர்களிலா, இலங்கை வானொலியிலா, அறிவிப்பாளர் மயில்வாகனத்தின்மீதா நான் வழக்குத் தொடுப்பது?

ஏகாந்தத்துள் பயணித்து நான் வல்லை வெளியுள் புகுந்தேன்.

எப்படியோ ஐந்து பீடிகளும் முடிகிற அளவில் நான் பருத்தித்துறைக் கடலைச் சென்றடைந்தேன்.

கடல் அன்றைக்குச் சீற்றமாகவே இருந்தது. குளிர்காற்று எஃகிப் பறந்து கரைவந்து சேர்ந்தது. யாழ்ப்பாணம் -

பருத்தித்துறை வீதியில் ஒரு சிறிய பாலத்தின் விளிம்பில் குமுறிக்கொண்டிருந்த கடலை பிரமிப்போடு பார்த்தபடி வெகுநேரம் நின்றிருந்தேன்.

கரையில் வள்ளங்கள் சில கரையேற்றி விடப்பட்டிருந்தன. மீனவர் சிலர் வலைகளைப் பின்னுவதிலும், காயப்போட்டு எடுத்துவைப்பதிலும் கருமமாயிருந்தனர். மேலே பறவைகள் இரைந்தவண்ணம் பறந்தடித்தபடி இருந்தன. தூரத்தே கப்பலொன்று நின்று அலைகளில் ஆடிக்கொண்டிருந்தது. அமெரிக்கக் கப்பலாயிருக்கும், கோதுமை மாவு ஏற்றிவந்திருக்கலாம் என எண்ணிக் கொண்டேன். கோதுமை மாவுக்கு அப்போது அமெரிக்கன் மாவென்றும் மக்களிடையே ஒரு பெயரிருந்தது.

சூரியன் மேற்கே சாயத் துவங்கியது. நான் சைக்கிளை எடுத்துக்கொண்டு மனமின்றி வீடு புறப்பட்டேன். வழிநெடுக மனம் மகிழ்ச்சியில் ரீங்காரித்துக்கொண்டிருந்தது. ஆம், கடலை நான் கண்டுவிட்டேன்! கடலைக் காண்பது சின்ன விஷயமா என்ன?

மென்மழை, தென்றல், அலையாடும் கடல்கள் மனத்தில் இதத்தை ஏற்படுத்துகின்றன. பெருமழை, புயல், குமுறும் கடல்கள் மனத்தை அசைக்கச் செய்கின்றன. அசைந்த மனத்திலும் கிளர்ந்தெழுவது மகிழ்வாகவே இருக்கிறது. அலை குமுற ஆர்ப்பரித்துக்கொண்டிருந்த கடலே என்னைப் பரவசப்படுத்தியது. இன்னும்கூட கண் முழுக்க நீலம் விரிந்திருந்தது.

16

பருத்தித்துறைக் கடல் கண்டபிறகு, அடிக்கடி கடல் பார்க்கும் ஆசை ஏற்பட, என் அலைச்சல் கைதடி, நாவற்குழி எனத் தரைவைக் கடல் பார்க்க அலையத் தொடங்கியது. அதனால் முதலில் பார்வையில் பழக்கமாகி, பின் பேச்சுகளில் தொடர்ந்த இரண்டொரு நட்புகள் எனக்கு உண்டாகியிருந்தன. அவர்களும் படிப்பைக் குழப்ப கங்கணம் கட்டிக்கொண்டு இருந்தவர்கள்தான். என்னோடான அவர்களது வாரப்பாட்டின் காரணம் என்னிடம் சைக்கிள் இருந்தமை என்பது எனக்குத் தெரியும். அதனால் அவர்கள்மீது ஒரு மீகாம அதிகாரத்தை நான் செலுத்தினேன் என்றே நினைக்கிறேன்.

என் வகுப்புநிலை மிக மோசமாகியதோடு, பள்ளிக்கூட 'டாப்'பில் வரவும் காலையில் வந்தால் பின்னேரமில்லை, பின்னேரம் வந்தால் காலையில் இல்லை, சிலநாள்களில் முழுநாளுமில்லையென பாதியாகக் குறைந்துபோனது. சொல்லி பிரயோசனமில்லையென வகுப்பு ரீச்சர் கைகழுவி விட்டுவிட்டார். முன்பானால் இம்மானுவல் மாஸ்ரர், கத்தையா மாஸ்ரரென எப்போதும் கம்பும் கையுமாக அலைபவர்கள் இருந்தார்கள். ஒழுக்க விஷயங்களில் அவர்கள் கம்பாலேயே மாணவர்களுடன் பேசினார்கள். இப்போது அவர்கள் இல்லை. கம்பில்லாத ஆசிரியர்கள் நெஞ்சில் துணிவுகொண்டிருக்கவில்லை. அதனால் என்னைத் தடுக்கும் சக்தி பள்ளிக்கூடத்தில் எவருக்கும் இல்லையென்று ஆயிற்று.

அந்த அலைச்சல் காலத்தில் நான் வாங்க விரும்பியிருந்த படமுள்ள 'ரச', 'லீலை' புத்தகங்களில் இன்னும் தீராக்காதல் இருந்திருப்பினும் பீடி, சிகரெட், படச் செலவுகளுக்கு நிறையச் செலவாகியதில் அவற்றை வாங்குவதுபற்றி நான் நினைத்துப் பார்க்கிறவனாயும் இல்லை.

அத்தகு தருணத்திலேதான் சந்தை தேநீர்க் கடையொன்றில் ஒருநாள் நான் கதையொன்று கேட்டேன். சாவகச்சேரி பஸ் நிலையம் பம்பல் மிகுந்தது. அதன் ஓரத்தில் கைவாளிக் கிணறு ஒன்று இருந்தது. மறுவோரத்தில் ஒரு பயணிகள் தங்குமிடம், தள்ளி ஒரு மலசலக்கூடம் ஆகியனவும். அருகிலே சந்தைக் கட்டடம் இருந்தது. கட்டடமென்பது திறந்தவெளியில் அமைந்த சில கூடங்களும் இரண்டு பக்க ஓரங்களிலுமிருந்த பலசரக்குக் கடைகளும்தான்.

எனக்கு ஞாபகமிருக்கிற வரையில் கட்டடக் கூடத்தில் பிரபலமாயிருந்தவை உடுப்பு மற்றும் துணிக்கடைகளும், 'மணிக்கடை'களுமே. அங்கே பெண்கள் அதிகமாகக் கூடியதனாலேயே ஆண்களின் தொகையும் அதிகமாக இருந்ததுபோல் தெரிந்தது. சண்டியர்களின் பலப்பரீட்சை மேடையாகச் சந்தைக் களம் இருந்ததில் அங்கே சந்தை நாட்களில் அதிகமான கொளுவல்களும் சண்டைகளும் நடந்தன. ஒருவகையில், சந்தையானது அந்தச் சமூகத்தின் வாழ்வியல் கலாச்சாரத்தின் ஒரு பக்கத்தைக் காட்டும் ஒரு மாயக் கண்ணாடியாக இருந்ததென்பது மிகையான கூற்றல்ல.

வல்லிபுரநாதன் - சரோஜாதேவி கூத்து நடந்தது அங்கேதான். பலகாலமாக அந்தப் பகுதியிலும் அது கடந்தும் பேசப்பட்ட துக்கமும் நகைப்பும் கலந்த சம்பவம் அது.

கச்சாயிலுள்ள தினக்கூலி வல்லிபுரநாதனும் சரோஜாதேவி யும் கணவன் மனைவியர். சனிக்கிழமைகளில் தினக்கூலித்

தொழிலாளருக்கு வேலை இருப்பதில்லை. முழுக்குநாளென அந்த நாள் வகுக்கப்பட்டிருந்தது. ஆனாலும் அதுதான் அந்த வார வேலைக்கான சம்பள நாளாகவும் இருந்ததனால், வல்லிபுரநாதனுக்குச் சனிக்கிழமைகளிலும் பாதி வேளைக்கு நேரமொழியாது. அவர்களுக்கிருந்த வீட்டுத் தோட்டத்திலும் காணியிலும் விளைந்த பயத்தை, தக்காளி, கத்தரி, பாகல் மற்றும் மாங்காய், தேங்காய், முருக்கங்காய் ஆகியவற்றை சரோஜாதேவிதான் பெரிய சந்தை நாளான சனிக்கிழமையில் சாவகச்சேரிக்கு வந்து விற்றுவிட்டு மீன் மற்றும் வீட்டுக்குத் தேவையான சாமான்களை வாங்கிச் செல்வாள்.

ஒரு சனிக்கிழமை நாளில் நேரத்தோடு வாரக் கூலியைப் பெற்றுக்கொண்ட வல்லிபுரநாதன் சந்தை சமீபத்தில் இருந்ததால் மனைவியையும் சைக்கிளில் கூட்டிப் போய்விடுவோமென நேரே சந்தைக்கு வந்திருக்கிறான்.

சரோஜாதேவி சந்தைக்குள் இல்லை. பஸ்ஸிற்குக் காத்து நிற்கிறாளோவென பஸ் நிலையம் போய்த் தேடினான். அங்கும் அவளைக் காணவில்லை. அது அவனுக்குப் புதுமையாகவிருந்தது. மேலும் சந்தை முழுதும் சுற்றிக் களைத்து அவன் மதியம் இரண்டு மணிக்கு மேலே வீட்டுக்கு வந்திருக்கிறான். வீட்டிலே சரோஜாதேவி மிகவும் கலகலப்பான மனநிலையில் எம்.ஜி.ஆரின் 'கலங்கரை விளக்கம்' படப் பாடலொன்றை முணுமுணுத்தபடி அடிவளவுக்குள்ளிருந்து மீன் நூண்டிக்கொண்டிருந்தாள்.

தான் சந்தையில் சென்று அவளைத் தேடிய விபரத்தைச் சொல்லி, அவள் எப்படித் தன் கண்ணில் தட்டுப்படாமல் வீடு வந்து சேர்ந்தாளென வல்லிபுரநாதன் அதிசயத்தோடு விசாரித்தான். அவளும் நேரத்தோடு அன்று வியாபாரம் முடிந்துவிட்டதால், தான் நடந்தே வீடு வந்துவிட்டதைச் சொன்னாள். வெய்யில் அன்று தணிந்திருந்ததென காரணத்தை வேறு அழுத்தினாள்.

வல்லிபுரநாதனுக்கு அவள் பதில் சொன்னவிதத்தில் திருப்தியிருக்கவில்லை. அவளுக்கு நடையென்றால் கொலைக்களம் போகிறமாதிரி என்பது அவனுக்குத் தெரியும். சாவகச்சேரி தேவேந்திரா தியேட்டரில் 'கலங்கரை விளக்கம்' ஓடுவதும், அன்றைய சனியில் பகல் பத்து மணிக்கு மெற்னி காட்சி இருந்ததும் அவனுக்கு உடனடியாக ஞாபகம் வந்து அவளது பாடல் முணுமுணுப்பை அதனோடு இணைத்துக் காரணத்தை அறிந்துகொண்டான். ஆயினும் மேலே ஒன்றும் கேளாமல் விட்டுவிட்டான்.

ஆனால் தமக்குள் படுக்கையில் மெல்லிதாய் விழுந்த ஒரு பிரிநிலையை உணர்ந்த வல்லிபுரநாதனுக்கு, சனிக்கிழமை சந்தைநாளின் சரோஜாதேவியது போக்குவரத்துகளைக் கவனிக்கவேண்டியதாய்ப் போய்விட்டது. அப்போதுதான் இடையிட்ட செய்தியாக அவள் யாரோ ஒருவனுடன் சரசாலைப் பக்கமெல்லாம் சைக்கிளில் திரிவதாக அவனுக்குத் தெரியவந்தது. தன் மனைவிக்கும் சாவகச்சேரிச் சண்டியன் ஆனந்தனுக்குமிடையே இருந்த தொடர்பு மேலுமான விசாரணையில் அவனுக்குத் தெளிவாகிப் போனது.

சண்டியன் ஆனந்தனை வல்லிபுரநாதனால் என்ன செய்துவிட முடியும்? மேலும் என்னதான் செய்துவிடவும் வேண்டும்? ஊசி இணங்காமல் நூலை எப்படிக் கோர்ப்பதென்ற ஒரு தர்க்கம் இருக்கிறதல்லவா? அதனால் வீடு வந்த சரோஜாதேவியுடன்தான் அவனால் பிரச்சினைப்பட முடிந்தது. விசாரிப்புகள் கோபமாகி, கோபம் அடிபிடியாகி, வல்லிபுரநாதன் வீட்டைவிட்டு வெளியேறி தனது தாய் வீட்டிற்குப் போய்விட்டான்.

பிறகு உறவினர்கள்மூலமாய் பேச்சுவார்த்தை நடந்து வல்லிபுரநாதனும் சமாதானமாகி வீட்டில் வந்திருந்து

குடும்பம் நடத்த ஆரம்பித்தான். சரோஜாதேவியும் அடக்கமான வீட்டுப் பெண்ணாக இருந்து வர, அவனே ஒருநாள் அவளை மறுபடி சந்தைக்குப் போய்வரக் கேட்டான்.

சனிச் சந்தைகள் அப்படியே சரோஜாதேவிக்குத் தொடர ஆரம்பித்தன. ஆனால் நடந்த சண்டையில், தன் பல்போன சோகத்தை சரோஜாதேவியால் பொறுத்துப் போக முடியவில்லையென்றே தெரிந்தது.

காலம் அவ்வாறு நகர, வல்லிபுரநாதனுக்குச் சந்தை யிலிருந்து தன் மனைவியது வீடு திரும்புகையின் தாமதங்களால் மறுபடி சந்தேகம் தொட்டது. ஒருநாள், மாலை ஐந்து மணியாகியும் சரோஜாதேவி வீடு திரும்பாதிருக்க, சைக்கிளை எடுத்துக்கொண்டு தேடிச் சென்றபோது சந்தைக்குள் ஆனந்தனுக்கு முன்னால் அழுது புலம்பியபடி சரோஜாதேவி நிற்பதைக் காணமுடிந்தது.

ஆனந்தன் பெரிய சந்தைச் சண்டியன் என்பதை மட்டு மில்லை, சூழலையே மறந்துபோனான் வல்லிபுரநாதன். தான் ஒருமுறை மன்னித்தபிறகும் தன் காமத்திளைப்பை விட்டுவிடாத மனைவிமேல் தீயாய் வெகுண்டெழுந்தான். 'நீ அவனோட போறதெண்டா உப்பிடியே போயிடு. நீ எனக்கு இனி வேண்டாம். ஆனா நீ கட்டியிருக்கிற சீலை என்ர உழைப்பில வாங்கினது; பாவாடை சட்டை என்ர உழைப்பில வாங்கினது. அதுகளை அவிட்டுத் தந்திட்டுப் போ'வென கத்திக்கொண்டு போய், அவளது கதறலையும் பொருட்படுத்தாமல், அவளது சேலையை வலுக் கட்டாயமாய் உரிந்தெடுத்துவிட்டான். அவளது பாவாடை சட்டைகளைக் கிழித்தெடுக்கவும் அவன் முயல, கூச்சலிட்டபடி பெண்களின் மலசலக்கூடத்துள் ஓடி தப்பித்துக்கொண்டாள் சரோஜாதேவி.

திகம்பர நினைவுகள் ❁ 99

பெண்கள் மலசலக்கூடத்துள் நுழையத் துணியாத வல்லிபுர நாதன், ஆனந்தனை ஒரு மிறாய்ப்புப் பார்வை பார்த்தபடி சைக்கிளை எடுத்துக்கொண்டு வீடு வந்துவிட்டான்.

இத்தனை களேபரம் நடந்தவேளையிலும் ஆனந்தன் தூண்களுக்கும் மரங்களுக்கும் பின்னாலே ஒதுங்கி நின்றுகொண்டான். ஒரு வார்த்தை வாய்திறந்து பேச வில்லை. ஆனால் வல்லிபுரநாதன் அங்கிருந்து போன பின்னால் சரோஜாதேவியைக் கூப்பிட்டு தனது வேட்டியை அவிழ்த்துக் கொடுத்துவிட்டு சஸ்பென்ரர் மட்டுமாக சைக்கிளில் ஏறி தன் வீடு போனானாம். விபரமறிந்த பார்வையாளரிடமிருந்து ஒரு அனுதாபக் குரல் சரோஜா தேவிக்காக கிளரவில்லையாம். மாறாக, 'அமர் பிடிச்சுத் திரியிறவளவைக்கு உதுதான் சரியான பாட'மென்றும் புறுபுறுத்ததாம்.

இதுதான் வல்லிபுரநாதன் - சரோஜாதேவி கதை. இதை யாரோ கூற, என்போலவே கேட்டுக்கொண்டிருந்த ஒரு கிழம், 'நல்ல கூத்துதான் இது' என்று சிரித்தபடி திண்ணையிலிருந்து எழுந்து குண்டி மண்ணைத் தட்டிவிட்டு அப்பால் நகர்ந்தது.

17

சாமி படத்துக்கு முன்னால் தூண்டாமணி விளக்கு எரிந்துகொண்டிருந்தது. குளித்துவிட்டு வர அம்மா லாம்பை கொழுத்திவந்து திண்ணையில் வைத்தார். நான் சாட்டுக்கு ஒரு புத்தகத்தையும் கொண்டு லாம்படிக்கு வந்தேன். அது எனது ஏழாம் வகுப்பு பால பாடப் புத்தகமாக இருந்தது. விரித்த பக்கத்தில் தங்கத்தாத்தா சோமசுந்தரப் புலவர் ரமணீகரமாய்ச் சிரித்தபடி கறுப்பு வெள்ளைக் கோடுகளில் இருந்துகொண்டிருந்தார். அந்தப் புத்தகத்தில் அந்தப் பக்கமே எப்போதும் விரிந்துகொண்டிருந்ததாய் ஒரு ஞாபகம்.

படத்தைப் பார்த்துக்கொண்டிருக்கையில் ஏனென்று இல்லாமல் வசந்தாக்காவின் ஞாபகம் வந்தது. வசந்தாக்கா இப்போது என்ன செய்துகொண்டிருப்பாள்? ராஜரத்தினத் தோடு பேசிக்கொண்டிருப்பாளா? அல்லது அவன் தடவ விட்டுவிட்டு பார்த்துக்கொண்டிருப்பாளா? எனக்கு நெஞ்செல்லாம் எரிய ஆரம்பித்தது. வசந்தாக்காவை யாரும் தொட்டுப் பேசட்டும், ஆனால் ராஜரத்தினம் மட்டும் தொட்டுவிடக்கூடாது என்பதுபோல் மனத்துள் ஒரு ஆக்ரோஷம் கிளர்ந்திருந்தது.

அவன் கரியன். மட்டுமில்லை, தடியனும். வசந்தாக்கா எலுமிச்சம் பழ நிறத்தவள். அலரிப்பூ நிறத்தில் அவளது சொண்டுகளிருக்கும். வசந்தாக்காவின் புருஷன் செல்லத் துரை கிணற்றடி மறைப்பில், அடுப்படி ஒதுக்கத்துள்

கட்டிப்பிடித்து கொஞ்சவே கண்டிருக்கிறேன். அவன் புருஷன். அதனால் கட்டிப்பிடிக்கலாம். ஆனால் ராஜரத்தினம் தொடக்கூடச் செய்யக்கூடாது. விழுந்த பனையில் குருத்தெடுக்கப் போன இடத்தில் இந்திராணி பார்த்துக்கொண்டிருக்கவே என்னைப் பிடரியில் அடித்து வெம்பச் செய்தவன் அவன்.

வசந்தாக்கா அவனைத் தொட விட்டாளென்று எனக்குக் கோபமில்லை. ஏனெனில் அவள் அதில் சந்தோஷம் பட்டிருக்கவில்லை என்பது எனக்குத் தெரிந்திருந்தது. அவளது முகம், அவ்வளவு தூரம் உணர்ச்சி வறண்டு காய்ந்துபோயிருந்தது. அவள் புழுப்போல நெளிந்து நெளிந்து பின்னால் அரங்கிப் போய்க்கொண்டும் இருந்தாள்.

திடீரென்று ஒரு நினைப்பில் என் மனம் தெளிந்தது. அன்றைக்கு அப்படி நடந்துவிட வாய்ப்பில்லை. ஏனெனில் அது மாதக் கடைசியில் வரும் வெள்ளியானதால், சனி ஞாயிறு விடுமுறைக்காய் அவளது புருஷன் அன்று மாலை வீட்டுக்கு வந்திருப்பான். எங்கோ அரிசி, மாவு பண்டக சாலையில் காவல்காரனாக இருந்தான் அவன். ஆனாலும் மாதச் சம்பளம் வாங்குகிறவன்.

அவளுக்குப் பாதுகாப்பரண் விழுந்திருக்கக்கூடுமென்ற காரணம் பலஹீனமாய் இருந்தாலும் அதைப் போய்ப் பார்த்து உறுதிப்படுத்த என்னால் முடியாதிருந்தது. அந்தநேரத்தில், போய் ஒருவர் வீட்டு வாசலில் நிற்பதற்கு ஒரு சாட்டு வேணுமே.

முந்தி ஒருமுறை இவ்வாறு நடந்து, காரணம் இருந்ததில் கணவனின் கேள்வியில் நான் தப்பித்திருந்தேன்.

விளையாடப் போவதற்கு முன்னாகவோ பின்னாகவோ, நான் வசந்தாக்கா வீட்டுக்குத் தினசரி போய்வந்து

கொண்டிருந்தேன். சிரிக்கச் சிரிக்கப் பேசுவதோடு, மிக நகைச்சுவையான விஷயங்களைச் சொல்லும்போது என் தோளைத் தொட்டுத்தொட்டு பேசுவாள். தோழனாவதில் இனம்புரியாத ஒரு இன்பத்தை அடைந்துகொண்டிருந்தேன்.

அவை எல்லாவற்றையும்விட எனக்கு விருப்பமானது அவ்வப்போது அவள் சொல்லும் வப்புக் கதை. பெரியவர்கள் கேட்டுவிடாதபடி சொல்லுவது வப்புக் கதைகளாகத்தானே இருக்கமுடியும்! பெரும்பாலும் அவளோடு நான் பேசாத நாட்கள் அதனாலேயே மிக அரிதாக இருந்தன.

ஒருநாள் வசந்தாக்கா வீட்டிலிருந்து வீட்டுக்குத் திரும்பிய எனக்குச் சிறிதுநேரத்தில்தான் திடுக்கிட்டாற்போல ஞாபகமாகிற்று, எனது பாட்டா செருப்பை வீட்டுக்கு வந்து நான் கழற்றிவிடவில்லையென்று. வசந்தாக்கா வீட்டு வாசலிலாய்த்தான் இருக்கவேண்டும். அதை மறுநாள்கூட நான் எடுத்துவிடலாம். ஆனால் அங்கேதான் விட்டே னென்று துணிய முடியாததால் உடனேயே சைக்கிளை எடுத்துக்கொண்டு ஓடினேன்.

1959 அல்லது 1960 அளவில்தான் யாழ்ப்பாணப் பகுதிக்கு பாட்டா சிலிப்பர் அறிமுகமாகியது என்று நினைக்கிறேன். சைஸ் ஐந்துக்கு மேலே 4 ரூபா 99 சதம் விலை போட்டிருக்கும். விலையை பொருளில் அச்சடித்து விற்ற முதல் பண்டமும் அதுவாகவே அப்போது இருந்ததாய் ஞாபகம்.

சாவகச்சேரிக்கும் ஏறக்குறைய அதே காலப்பகுதியில்தான் அது விற்பனைக்கு வந்திருக்க வேண்டும். கல்லும் முள்ளும் நினைப்பின்றி நடந்த அப்பகுதி இளைஞர்கள் கால்களில் செருப்பு மாட்டத் தொடங்கிய காலம் அது. அதுவே

செருப்புத் தைக்கும் தொழில் சீணமடைய ஆரம்பித்த காலமென்றும் சொல்லலாம். கல்லுக்கும், முள்ளுக்குமாக அன்றி நாகரிகத்தின் அடையாளமாகவே முழுதாய் அது மாறியிருந்தது. முதல் முதல் பாட்டா செருப்பு போட்டுவந்த சத்தியநாதன் ரீச்சருக்கு 'பாட்டா' ரீச்சரென்று பட்டப் பெயரும் வைக்கப்பட்டது. புதிதாக செருப்புப் போடத் தொடங்கியதால் பெரும்பாலும் கழற்றிவிடுகிற இடங்களில் மறந்துபோய் விட்டுவிட்டு வெறுங்காலோடு வீடு திரும்புகிற நிலையே பலபேருக்கும். செருப்பைத் தொலைத்துவிட்டு தேடித் திரிந்தவர்கள் அந்தக் காலத்திலே பலர் இருந்தார்கள். செருப்பு காணாமல் போனபின் மறுபடி புதிது வாங்கும்வரை கல் றோட்டில் முள்குத்திய காலோடு நொண்டி நொண்டி நடந்தவர்களைக் கண்டிருக்கிறேன்.

மறந்துபோய் விட்டுவருகிற செருப்புகள் பலவேளை களிலும் திரும்ப கிடைக்காமலேதான் பலபேருக்கும் போயிருக்கின்றன. செருப்புகள், மென்களவில் மறைந்த மாயக்காலம் அது. அதனால் செருப்பைத் தொலைத்தவர்கள் அடுத்தவர் கால்களைக் கவனிப்பவர்களாய் இருந்தார்கள்.

நான் அவசரமாக வசந்தாக்கா வீடு ஓடியிருந்தும் நேரத்தோடு படலை கட்டப்பட்டுவிட்டிருந்தது. தாயாரின் பேச்சுக்குரல் உள்ளே கேட்டது. தாயாரின் சத்தமே பெரிதாகக் கேட்டது. பாதி காலம் மனிசிக்கு படுக்கையும் மருந்தும்தான். அதற்கு இழுப்பு வருத்தம். எப்போதும் தொணதொணத்தபடி கிடக்கும் மனிசி. நீண்டகால நோயாளிகளுக்கு அதிகமாகக் கோபம் வருமோ? அவள் கோபத்தோடுதான் அப்போதும் ஏதோ சொல்லிக்கொண்டு இருந்ததாகப்பட்டது அல்லது சாதாரணமாகச் சொல்வது கடுமையாகச் சொல்வதுபோல் எனக்குத்தான் தோன்றியதோ தெரியவில்லை. வசந்தாக்கா படுத்திருக்கவில்லையென்று தெரிய நான், 'வசந்தாக்கா' வெனக் கூப்பிட்டேன்.

ஆரது என்ற கேள்வியில்லாமலே வந்து படலையை அவிழ்த்தாள். நான் சைக்கிளை வெளியே வேலியோடு சாய்த்துவிட்டு உள்ளே அவசரமாகச் செல்ல முனைந்தேன். வசந்தாக்கா, என் கையைப் பிடித்து நிறுத்தினாள். நான் வாசலடியை எட்டியெட்டிப் பார்த்துப் பரபரத்தேன். மேலே வெள்ளையும் கீழே நீலமும் நீலவார்களும் கொண்ட எனது சிலிப்பர் அங்கே தென்படவேயில்லை. நான் இடிந்தேன்.

ஆனால் வசந்தாக்கா என் தேடலைத் தெரிந்துகொண்டு சொன்னாள்: 'என்ன, சிலிப்பரைத் தேடுறியோ? உன்ரயெண்டு தெரிஞ்சுதான் எடுத்து உள்ள வைச்சிருக்கிறன். வெளியில கிடக்க நாய்கீய் கடிச்சுப்போடுமெல்லோ?'

அப்போதுதான் என் 'நெஞ்சுக்குள் தண்ணீர் வந்தது'.

வசந்தாக்கா வீட்டுக்கும் வேலிக்குமிடையே பெரிய சொரிமணல் முற்றமிருந்தது. இடையில் இடதுபுறமாக ஒரு மாமரமும், வலதுபுறத்தில் ஒரு சடைத்த வேப்பமரமும் நின்றிருந்தன. வீட்டுத் திண்ணையில் வைத்த லாம்பிலிருந்து பாய்ந்து வந்துகொண்டிருந்த வெளிச்சம் போதுமானதாய் இருக்கவில்லை. ஆனால் மேலே நிலா முக்கால் வட்டமாயிருந்து ஒளிவீசிக்கொண்டிருந்தது. வெண்மணல் முற்றமெங்கும் ஒளி விரிந்துகிடந்தது.

'ஆரது?' என்று தாய் கேட்டாள். 'அது எங்கட ராசா, அம்மா' என்றாள் பதிலை. ராசாவும் கூசாவும்தான்... இந்த நேரத்தில என்ன வேலை? என்று சொல்லக்கூடியவள்தான் அவளும். அம்மாவுக்குப் பயம்; அல்லது மரியாதை. ஒரு ரூபா ரண்டு ரூபாவெனக் கடன் கேட்கும்போது இல்லையென்னாது கொடுக்க அவளுக்கு ஊரில் வேறு ஆர் இருக்கிறார்கள்?

‘உள்ள வா, சாப்பிட்டிட்டுப் போகலாம், அடுப்பில புட்டவியுது’ என என்னை உள்ளே இழுத்தாள். ‘சம்பல் இடிச்சோடன சாப்பிடலாம்.’

நான் பரவசத்தில் இருந்துகொண்டிருந்தேன். அவள் கைதொட்ட சுகமொன்றாய், நடக்கையில் அவள் நெஞ்சுபட்ட சுகம் இன்னொன்றாய் என் ஆசைகள் தளும்பிக்கொண்டிருந்தன.

பெரும்பாலும் பகலிலே ஒரு துண்டை உடுத்திக்கொண்டு வேலை செய்வாள் வசந்தாக்கா. கிடுகு பின்ன, முற்றம் பெருக்க, முருங்கை தென்னம்பிள்ளைகளுக்குத் தண்ணீர் ஊற்றவென எந்த வேலைக்கும் அது வசதியாயிருக்கும். மாலையில் குளித்துவிட்டு ட்றெஸ்ஸிங் கவுண் அணிந்துகொள்வாள் அல்லது சேலை கட்டிக்கொள்வாள். அன்றைக்கு அவள் ட்றெஸ்ஸிங் கவுண் அணிந்திருந்தாள். மஞ்சள்நிற ட்றெஸ்ஸிங் கவுண். லாந்தரின் மெல்லிய வெளிச்சத்திலும், நிலவின் ஒளிப் பரவலிலும், மஞ்சள் சட்டையோடிருந்த அவளது முகமும் உடம்பும் தங்கமாய்ப் பொலிந்து தென்பட்டன. அதற்காகக்கூட நான் சாப்பிட நின்றிருக்கலாம். ஆனாலும் ஏதோ ஒரு கூச்சம் வர நான், ‘வீட்டுவேலை இருக்கு’ எனச் சொன்னேன்.

மாணவனொருவனுக்கு வீட்டு வேலை என்பது பள்ளியில் கொடுத்துவிடும் வீட்டில் செய்வதற்கான அப்பியா சங்கள்தான். ‘அப்ப இரு, செருப்பை எடுத்து வாறன்.’ அவளது குரலிலும் முகத்திலும் ஒரு துக்கமிருந்ததா? அப்படித்தான் எனக்குத் தோன்றிற்று.

‘அவள் என்னோடுதான் சிரித்துப் பேசுகிறாள். என்னைத்தான் தொட்டுத்தொட்டும் பேசுகிறாள். நெஞ்சுரச நடப்பதும் என்னோடுதானே! ராஜரத்தினனோடு இப்படி யெல்லாம் செய்திருப்பாளா? அவன் எவ்வளவு பெரிய

ஆகிருதியாளனாய் இருந்தாலென்ன? வசந்தாக்காவுக்கு என்னில்தானே பிரியம்!'

நான் எண்ணிக்கொண்டிருக்கையில் திடீரென்று நாய் முனங்கியது. ஒழுங்கையிலிருந்து திரும்பி அவளது கணவன் பையோடு வந்துகொண்டிருந்தான். வசந்தாக்காவுக்கும் ஆச்சரியம். ஆனாலும் எப்போதாவது இருந்துவிட்டு அவ்வாறு நடப்பதுதான் என்றாள்.

'என்ன தம்பி, இந்த நேரத்தில?' இயல்பாய்த்தான் கேட்டான்.

'விளையாடிப் போட்டு போகேக்க, கழட்டியிட்டுப் போன செருப்பை எடுக்க மறந்துபோனன்... அதுதான்...'

'ஓ...!'

வசந்தாக்கா அவசரமாக உள்ளே போய் செருப்பை எடுத்துவந்து தந்தாள்.

18

அந்த 'ரச', 'லீலை'ப் புத்தகங்களை வாங்கி வாசிக்காமலே நான் கெட்டுப்போயிருந்தேன் என்றுதான் தெரிகிறது. எல்லாச் சிறுவர்களும் இயல்பிலே கெட்டிருக்கிற அளவிலா அல்லது கூடுதலாகவா? அது தெரியவில்லை. அந்த விசாரிப்பைத் தூண்டிய ஓர் அபூர்வத் தருணத்தின் கதை இது.

எங்கள் வீட்டுக்கு பின்புற ஒழுங்கையில் கூப்பிடு தொலைவில் இரண்டு வீடுகள்தான் இருந்தன. அவற்றிற்கப்பால் வெறுங்காணிகளும் அவை தாண்டினால் வயல்வெளியும்தான்.

திடீரென்று ஒரு வெறும் வளவில் வீடொன்று முளைத்தது. ஐம்பது வயதளவான எங்களூர் கணேசலிங்கம் சிறிதுநாளில் தன் புதிய இளம்மனைவியோடு அங்கே குடியிருக்க வந்தார். அண்மையிலேதான் அவருக்குக் கலியாணமான தென ஊரிலே பேசிக்கொண்டார்கள். அதுவொன்றும் அவ்வளவு புதினமான விஷயமாக யாருக்கும் தோன்ற வில்லை. அவ்வாறு திடீர் திடீரெனவும் கல்யாணங்கள் நடக்கிற ஊர்தான் அது.

கணேசலிங்கத்தின் மனைவி வயாவிளான் என்ற ஊரைச் சேர்ந்தவள். வயது கூடியவளாய்த் தோன்றினாள். ஆனாலும் பள்ளிக்கூடப் பெட்டையின் வளர்த்திதான். தனக்கு வண்ணக்கிளியென்று பெயர் சொன்னாள். அவ்வப்போது வீட்டுக்கு வருவாள். அம்மாவை அக்காவென்றே

அழைத்துப் பேசினாள். அவளது பேச்சில், அசைவுகளில் ஒரு பெரிய அழகும் நளினமும் தீட்டப்பட்டிருந்தது. மெய்யேயானாலும், அவள் சிரித்து அத்தனை நாட்களில் நான் கண்டதில்லை. யாரும் கண்டதில்லை. அதுபற்றிய பிரஸ்தாபம் வரும் சமயங்களில் 'பாவம், வண்ணக்கிளி' யென அம்மாவின் வாய் முணுமுணுப்பதைக் கண்டிருக்கிறேன். அதனால் எனக்கும் வண்ணக்கிளிமீது லேசான இரக்கம் தோன்றியது.

கணேசலிங்கத்துக்குக் கிளிநொச்சியிலே பலசரக்குக் கடையொன்று சொந்தமாக இருந்தது. உதவிக்கு சொந்தக்கார மனிசனொன்று கடையிலே நின்றிருந்தது. வாரத்துக்கு வாரம் வீட்டுக்கு வரமுடிந்ததில் அவளது ஊரிலிருந்து ஒரு மனிசியை அழைத்துவந்து வீட்டிலே வைத்திருந்தார் கணேசலிங்கம்.

முழுக்குநாள் என்ற அடையாளம் சனிக்கிழமைக்கு மிகப் பொருத்தமாகவே வைக்கப்பட்டிருந்தது. அன்று எண்ணெய் ஒழுகாத ஆண்களின் உடம்புகளைக் காண்பது அரிதாகவிருக்கும். 'சனி நீராடு' என்பது விதிக்கப்பட்டது. பெண்கள் முழுவதற்கான நாளாக வெள்ளிக்கிழமையை ஒதுக்கியிருந்தார்கள். முழுகி விரித்த கூந்தலுடன் அவர்கள் அலைவது ஓர் அழகு. சனிக்கிழமைகள் ஆண்களுக்கான முழுக்கு நாளாகவிருப்பதால் அன்று சாராயமோ, கள்ளோ அருந்தாத கூலியாட்களைக்கூட காண்பது அரிதாகயிருக்கும். அதனால் சனிக்கிழமை 'சனி' பிடித்த நாளாகவே ஊரில் இருந்தது. மதியத்தில் தொடங்கிவிடும் வாய்த்தகராறு, மாலையில் கைச்சண்டையாக முடியும். கள்ளுக்கொட்டிலில் தொடங்கி, நின்று பேசும் சந்திகள் வரை தொடர்வனவாய் சில; சந்திகளில் தொடங்கி வீடு வரை முடிவன சிலவென சண்டைகள் பல வகை. அந்த நாளில் சண்டையைத் தடுப்பவர்களினதும், சண்டை பிடிப்பவர்களதும் சத்தத்தில்

கிராமம் கூச்சலில் மண்டிப்போயிருக்கும். வெளியாட்களோடு இல்லாவிட்டால் மனைவியோடாவது யாருக்கும் சண்டைவரும். பேசுவதைப் பேசு என்றுவிட்டு பெண்களும் பெரும்பாலும் இருந்துவிடுவதில்லை. 'யாரி'யாக நின்று வாய் காட்டிக்கொண்டிருப்பார்கள். நாலு அடி விழுந்தால் கோபவெறியில் இரண்டு அடிகளாவது திருப்பிவிடுகிற பெண்களும் அங்கேயுண்டு.

வண்ணக்கிளி வீட்டிலும் சண்டை தொடங்கியது. ஒவ்வொரு சனியென்று இல்லாவிட்டாலும் சண்டை நடக்கும். கிழவி கத்துவது ஊரெங்கும் கேட்கும். வண்ணக்கிளி மட்டும் வாய் திறக்கமாட்டாள். யாரும் விழுந்தடித்துக் கொண்டு 'விலக்குப் பிடிக்க' ஓடிப் போய்விடுவதில்லை. கணேசலிங்கத்தின் வாய் கொட்டும் தூஷணங்களுக்குச் சமூகம் பயந்திருந்தது. பச்சை பச்சையாய், நாக்கைப் பிடுங்குகிற மாதிரி கேட்பார். பெண்ணாயிருந்தால் சேலையும், ஆணாயிருந்தால் இடுப்புத் துண்டும் உரிந்தேபோகும்.

சனி இரவில் நடந்த சம்பவங்களை அம்மாவுக்கு அடுத்தடுத்த நாளில் அவள் சொல்லும்போது நான் வாட்டத்தோடு எல்லாம் கேட்டுக்கொண்டு இருப்பேன். வெளிப்படத் தென்பட்ட பச்சைப் பூவரசங் கம்பின் தழும்புகளைக் காட்டும்போது பார்த்துக்கொண்டிருப்பேன்.

நான் கவனித்திருக்கிறேன், பெரும்பாலும் கூரை வீடுகளையே கொண்டிருந்த அக்கிராமத்தில் சனிக்கிழமைகளிலேயே வீடேதேனும் தீப்பிடித்து எரிந்ததை. இத்தகைய காரணங்களால் சனிக்கிழமைகள் என் நெஞ்சில் பல்வேறு சித்திரங்களை ஆழமாய்க் கீறிவிட்டிருந்தன. அவை பெரும்பாலும் பரபரப்பையும், கிளுகிளுப்பையும் கொண்டிருந்தநிலையில், அன்னக்கிளியின் வீட்டுச் சண்டைதான் என் மனத்தில் சோகத்தை விளைத்தது.

ஒரு ஞாயிற்றுக்கிழமை மாலை வண்ணக்கிளியின் வீட்டுக்கு முன்னால் திடீரென்று வெளியூர்க் காரொன்று வந்து நின்றது. அது கிராமத்தில் அபூர்வம். செத்தவீடு, கடும் சுகவீனம் போன்றவற்றைச் சொல்லத் தவிர அந்த அபூர்வங்கள் அங்கே நடப்பதில்லை. கார் வந்த சிறிது நேரத்தில் வண்ணக்கிளியின் தாயார் கதறியபடி என் தாயாரிடம் ஓடிவந்தாள். தன்னுடைய மருமகன் பாம்பு கடித்து செத்துப்போனதாகவும், தான் உடனடியாக ஊர்போவதால் வண்ணக்கிளிக்குத் துணையாக என்னை அங்கே இரண்டு இரவுகளுக்குத் தங்க அனுப்ப முடியுமாவென்றும் கேட்டாள். அதுமாதிரி சமயங்களில் யாரும் மறுப்புச் சொல்லிவிடுவதில்லை. அம்மாவும் சரியென்றார்.

கிழவி சென்றபின்னால் என்னை அம்மா அழைத்து விஷயத்தைச் சொன்னார். எனக்குச் சந்தோஷம் தாங்க முடியவில்லை. ஏனென்று தெரியாமலே அது விளைந்திருந்தது. எனக்கு அப்போது பதின்மூன்று அல்லது பதின்னான்கு வயதுதான்.

இருட்டு விழுந்த நேரத்துக்கு அம்மாவே என்னை அங்கு கூட்டிச்சென்றார். நானும் இரண்டு புத்தகங்களையும் எடுத்துக்கொண்டு கூடிச்சென்றேன். அடுப்படியின் இருட்டுக்குள்ளிருந்த வண்ணக்கிளியோடு அம்மா பேசிக்கொண்டு நின்றார் சிறிதுநேரம்.

வீடு சென்ற நான் திண்ணையில் விளக்குக்கு முன்னால் அமர்ந்து புத்தகத்தைத் திறந்து வைத்தேன். பின் பார்வையைக் கீழே பதித்தேன், கருமத்தில் கண்ணாகுமாப்போல்.

‘ராசா நாளைக்குப் பள்ளிக்குடம், கனநேரமா முழிச்சிருக்காத’ என்று என்னிடம் பரிவோடு சொல்லிவிட்டு அம்மா சென்றபோது, கூடிச்சென்ற வண்ணக்கிளி படலையைச் சாத்திக் கட்டிவிட்டுத் திரும்பினாள்.

அடுக்களையில் சட்டி பானைச் சத்தம் கேட்டது. பேணிச் சத்தங்கள் கேட்டன. பிறகு கேத்தில் இரைந்த சத்தம் கேட்டது. சிறிதுநேரத்தில் வண்ணக்கிளி ஒரு கைப்பிடிக் கோப்பையில் தேத்தண்ணீர் கொண்டுவந்து எனக்கு முன்னால் வைத்துவிட்டுப் போனாள்.

அவளது உடம்பு சேலையால் சுற்றப்பட்டிருந்தது.

எனது பார்வை புத்தகத்திலிருந்து கிளம்பி அடுப்படிப் பக்கமாய் அடிக்கடி மிதந்தது. இருட்டில் வண்ணக்கிளி இருக்குமிடம் தெரியவில்லை. தேநீரைக் குடித்து முடித்துவிட்டு மறுபடி புத்தகத்தின்மீது குனிந்தேன்.

ஒருபோது நிமிர்ந்த என் பார்வையில் திண்ணைச் சுவரில் சாய்ந்து கால் நீட்டியிருந்த வண்ணக்கிளியின் உருவம் விழுந்தது. அவ்வப்போது திரும்பி என்னைப் பார்த்துக் கொண்டாள். கவனித்தபோது தெரிந்தது அவளது கண்ணில் நீர் வடிந்தமை.

நான் பதறி நிமிர்ந்து, 'ஏன் அழுகிறியள்?' என்று எனக்கேபோல் அணுங்கினேன்.

நெடுநேரம் பேசாமலிருந்தவள், மெல்ல ஒருமுறை குலுங்கிய பின் ரண்டே வார்த்தை சொன்னாள்: 'செத்திடலாம்போல கிடக்கு, ராசா.'

எனக்கு மிகவும் துக்கமாகப் போய்விட்டது. நான், 'மாமா நேத்து அடிச்சதுக்குச் சொல்லுறியளோ?'

'நீ கண்டனியோ?'

'சத்தம் கேட்டுது.'

'ஓ.'

‘அது ஏன் அவர் எப்பேக்கயும் பூவரசம் கம்பாலயே அடிக்கிறவர்?’

‘பின்னை... தும்புத் தடியால அடிக்கலாம் எண்டிறியோ?’

அவள் எழுந்து அடுக்களைக்குப் போய்விட்டாள். நான் என் பாசாங்கைத் தொடர்ந்தேன். புத்தக இதழ்கள் ஒவ்வொன்றாக விரிந்துகொண்டிருந்தன.

நேரமானபோது ஒரு பாயைக் கொண்டுவந்து திண்ணையில் விரித்தாள் வண்ணக்கிளி. பின் இரண்டு தலையணைகளைக் கொண்டுவந்து போட்டாள். முதுகுக்கு ஒரு சேலையை விரித்தாள். நிமிர்ந்தபோது கண்டேன், பாவாடை சட்டையுடன் நின்றிருந்த அவளின் நெடுமிய தோற்றம்.

‘நாளைக்கு பள்ளிக்குடமெல்லே, வா, வந்து படு’ என்றாள்.

நான் புத்தகத்தை மூடிவிட்டு பாயில் சரிந்தேன். லாம்பைத் தணித்து விறாந்தையில் கொளுவிவிட்டு அவளும் பக்கத்திலே பாயில் பாதி, நிலத்தில் பாதியாய்ச் சரிந்தாள்.

‘இண்டைக்குப் புகை போடேல்ல, ராசா. நுளம்பு கடிக்கும். இந்தா இதால மேலைப் போத்திக்கொண்டு படு’ என முதுகுச் சேலையை உருவியிழுத்து என்மேல் மூடி எறிந்தாள்.

முகத்தில் விழுந்த சேலையால் என்னுள் பரவசம் ஏறிக்கொண்டிருந்தது. ஆயினும் நித்திரை கண்ணைச் சுழற்றியது.

தூங்கினமாதிரியும் தூங்காதமாதிரியும் ஒரு இரட்டுறு நிலை. வண்ணக்கிளி என்னை இறுக்கமாய்த் தழுவிக் கொள்கிற மாதிரியும், நிமிர்ந்து பார்த்து அழுகிறமாதிரியும், பின் என்மேல் கவிழ்ந்து முகத்தில் கொஞ்சுகிறமாதிரியுமான

சுக உணர்வுகள். முகத்தில் வெப்பமூச்சு விசுறுகிறது. அவளின் வாசம் மூச்சில் நிறைக்க நான் அவளின் அணைப்புக்கு என்னை முழுமையாய் ஒப்புக்கொடுத்தேன்.

மறுநாளிரவு. நான் படிப்பு முடிந்து பாயில் சரிய, பக்கத்தில் வந்து படுத்த வண்ணக்கிளி முதல்நாள் போலவே ஒரு சேலையை என்மீது போட்டு போர்த்திப் படுக்கச் சொல்கிறாள். சேலையை நான் விரித்துப் போர்த்தினேன். பூச்சிமுட்டை வாசம் வந்து முகத்தில் அறைந்தது. அப்படியே என்னை அது அந்தரத்தில் தூக்கியது.

நான் முதல் நாளைய கனவால் அன்றைக்குப் பெரும் அனுபவசாலி ஆகியிருந்தேன்.

அடுத்த வாரத்திலொரு நாள் கணேசலிங்கம் வீட்டிலே சண்டை நடந்தது. பின் அது ஓய்ந்து விழுந்த மௌனம் நாட்களாய்த் தொடர்ந்தது. புதன்கிழமையளவில்தான் அறிந்தேன், வண்ணக்கிளி கோபித்துக்கொண்டு ஆச்சியோடு வீட்டைவிட்டுப் போய்விட்டதாக.

என் ஆசாள் போன துக்கம் என்னிடத்தில் நீண்டநாள் இருந்தது.

இன்று அது அனுபவமில்லை, அறிவு மட்டுமே. அறிவே சில சமயங்களில் அனுபவத்துக்காக ஏங்குகிறது. அப்போதும் அந்த அனுபவம் அறிவாகவே மாறுகிறது. இவ்வாறு அனுபவம் அறிவாகவும், அறிவு அனுபவமாகவும் மாறிமாறியான இந்தச் சுழல் என்னில் நீண்டகாலம் தொடரவில்லை. அதற்குமொரு புள்ளி விழுந்தது.

அது, அதற்கான ஒரு பாடத்தில் விளைந்ததென்பதுதான் அதன் விசேஷம்.

19

ஒருநாள் சிவராணியின் சீற்றத்தைக் காரணம் புரியாமலே எதிர்கொண்ட பின்னால், ஓர் உறைவோடு வீடு திரும்பியது ஞாபகமிருக்கிறது. மறுநாள் நேரத்தைக் கழிக்க வழியற்று திசைழிந்ததுபோல் நின்றிருந்தேன். ஏது செய்யவும் கூடவில்லை. பெரிதான அலைந்துழல்வுகளுக்கும் மனம் பிடிக்காதிருந்தது.

இவ்வாறு எதையும் செய்யமுடியாமல் மனம் உழன்று கொண்டிருப்பதன் காரணம், இதைத்தான் செய்ய வேண்டுமென்று மனம் குறிக்கொண்டு இருப்பதேயென மெல்ல உணர்ந்தேன். எதையாவது செய்தால்கூட அந்த நிலை மெல்லமெல்ல மாறிவிடுமென்று தோன்றியது. அதனால் மாலைகளில் அம்மாவுக்கு உதவியாக வீட்டுவேலைகள் செய்துகொடுத்தேன். வயலுக்குத் தண்ணி அள்ளப் போக கூடிப்போனேன்; ஆட்டுக்கு குழை யொடிக்கப் போக கூடப்போய் ஒத்தாசை புரிந்தேன். அது கூடுதல் பயன் செய்தது. பொழுதுபட்டுவிட்டால் படிப்பது, வாசிப்பது தவிர வேறு வேலைகளுக்கு அதனால் எனக்குப் பொழுதிருக்கவில்லை.

என்னின் இந்தத் திடீர் மாற்றத்தை அம்மா கவனித்திருக்க வேண்டும். என் தறுதலைப் போக்கினால் அதுவரை காலமாய் அவர் எவ்வளவு மனஊறலை அடைந்திருந்தா ரென்பதை, அதுமுதற்கொண்டு தெளிய வாரம்பித்த அவரது முகப் பிரகாசத்தில் நான் தெரிந்தேன்.

சிறுபிள்ளைப் பருவத்தில் என்னைப் பீடித்திருந்த நோய்கள் சிறுகச் சிறுக அகன்று பதினான்கு, பதினைந்து வயதளவில்

பள்ளி விளையாட்டுப் போட்டிகளில் பங்குபெறுமளவு உடல்நலம் மீண்டுகொண்டிருந்தேன். அவ்வாண்டு விளையாட்டுப் போட்டியில் சில பரிசுகளும் பெற முடிந்திருந்தன.

நான்கைந்து வருஷங்களுக்கு முன்னால் எதிர்ப்புறக் காணியிலே வீடு கட்டிக்கொண்டு குடியிருக்க வந்தார்கள், ஐயாவுக்கு நெருங்கிய உறவுமுறையுள்ள சங்கரப்பிள்ளை குடும்பத்தார். மடியிலே பூனையைக் கட்டிக்கொண்ட பயணம்போல், அந்த வீட்டைத் தாண்டியே போய்வர வேண்டி இருக்கிறதென அம்மா அவ்வப்போது புறுபுறுப்பதைக் கவனித்திருக்கிறேன். மேலும் அந்த வீட்டின் முற்றத்தைக்கூட அம்மாவோ, நானோ மிதித்ததில்லை. ஐயா மட்டும் அவசியமான பொழுதுகளில் அந்த வீட்டுப் படலையில் நின்று சங்கரப்பிள்ளையுடனோ அவரது மனைவியுடனோ பேசியிருக்கிறார். அவ்வாறான நிலைமைகள் ஊருக்கு ஊர், தெருவுக்குத் தெரு இருக்கவே செய்கின்றன. உறவுகளுக்குள்ளான அந்த விரிசல்கள் மிக மிக அற்பமான காரணங்களில் நடந்துவிடுவதுதான் துக்கமான விஷயம். என்ன காரணத்தால் அம்மாவுக்கு அந்த வெறுப்பு ஏற்பட்டதெனத் தெரியாதவிடத்தும், அது அவரது தாய் தந்தையர் காலத்திலிருந்து தொடரும் பிரச்சினையென்பதை மெல்ல விளங்கிக்கொண்டேன்.

சங்கரப்பிள்ளைக்கு ஒரு மகள் இருந்தாள். எனக்கு இரண்டு வகுப்புகள் கீழேயாக எனது பள்ளியில் சேர்ந்தாள். அவள் அந்தளவு அழகில்லாததோடு தாயைப்போல் கறுப்பாகவும் இருந்திருந்தாள். ஆனால் அழகாக சிரிக்கத் தெரிந்திருந்ததில் அயலிலே அனைவர் கண்களும் அவளைக் கண்டதும் விகசிக்கும் பெற்றி வாய்ந்துபோனாள்.

அவளது சிரிப்போ, அந்த முகமலர்ச்சியோ, ஊரிலே அடைந்திருந்த கியாதியோ என்னில் எந்த மன

விகற்பத்தையும் உண்டாக்கவில்லை. ஆனால் அம்மாவுக்கு அது பிடிப்பில்லையென்பதை அந்தப் பெண் லீலாவதியின் பேச்சு வரும் வேளைகளில் அவர் காட்டும் முகக்கோணல் புரியவைத்திருந்தது.

அடுத்த ஆண்டு வகுப்பேற்றுப் பரீட்சை நடந்த நேரம் எனக்கு சுகவீனமாகி பரீட்சையெழுத முடியாதுபோனதில் நான் வகுப்பேற்றப்படவில்லை. அது எனக்குப் பெரும் மன விழுக்காடாய்ப் போனது. லீலாவுக்கோ இரட்டைத் தேர்ச்சி. அவள் பெற்றாருக்கு அது உச்சபட்ச மகிழ்ச்சி. அந்தக் குடும்பத்திற்கே பெரிய தலைநிமிர்வாக அது அமைந்துபோனது. இரட்டை வகுப்பேற்றம் கண்ட லீலாவதி கெட்டிக்காரியாகவும், வகுப்பேற்றப்படாத நான் சக்கட்டையாகவுமாக ஊரில் பேச்சு கிளர்ந்தெழுந்தது. அம்மா கோபத்திலும், ஐயா வருத்தத்திலும் உச்சமேறிப் போனார்கள்.

அதன்மேல் என் விளையாட்டுத்தனங்களுக்கு அனுசரணை யாயிருந்த என் பெற்றோரின் போக்குத் தலைகீழாக மாறிப் போனது. என்னால் விளையாட்டு, படிப்பு என ஒன்றிலே னும் கெட்டிக்காரனாய் வர முடியவில்லையென்பதே அவர்களது துக்கத்தின் காரணமென்பது தெரிய, நானுமே மனம் பெருமளவு கனதி கொள்ளத் தொடங்கினேன்.

அந்த நிலைமை அடுத்த ஆண்டு வந்த தவணைப் பரீட்சையின் பெறுபேறுகளுக்குப் பின்னர் திடீரென மாறிப் போய்விட்டது. அந்தமுறை வழக்கமாக முதலாம் பிள்ளை யாக வரும் மகாலட்சுமியம்மா தன்னிடத்தைப் பிடித்திருக்க, மீதி எல்லாரையும் லீலாவதியையும்கூட, பின்னே தள்ளிக் கொண்டு இரண்டாம் நிலைக்கு முன்னேறியிருந்தேன்.

தவணை இறுதிநாளில் வழிபாட்டுக் கூட கூட்டத்திலே ஒவ்வொரு வகுப்பிலும் முதல் மூன்று நிலைகளை எடுக்கும்

மாணவர்களின் தேர்ச்சி அறிக்கை மேடையில் வைத்து அதிபரால் வழங்கப்படும் விசேஷம் நடைபெறும். அன்றுதான் நானும் என் பள்ளி வாழ்வில் முதன்முறையாக மேடையேறி எனது தேர்ச்சி அறிக்கையை வாங்கினேன். பெற்றோரும் அழைக்கப்பட்டிருந்ததில் அன்று அக்கூட்டத்திற்கு வேட்டியும் சேர்ட்டும் சால்வையும் அணிந்து வந்திருந்த என் தந்தையும் அந்தக் காட்சியைப் பெரிய மகிழ்வோடு நின்று கண்டின்புற்றார்.

வீடு சென்ற எனக்கு, அன்றுபோல் அவ்வளவு கரிசனையோடு என்றுமே என் தந்தை என்னை வீட்டுக்கு அழைத்துச் சென்றதில்லைப்போல மனமெல்லாம் உருகிக்கொண்டிருந்தது.

அன்று மட்டுமில்லை, வெடி கொளுத்தாத கொண்டாட்டமாக அது எங்கள் வீட்டிலே ஒரு கிழமையாகத் தொடர்ந்தது. 'வீட்டில எதோ விசேஷம்போல?' என விசாரித்த தன் நண்பர் ஒருவருக்கு என் தந்தை, 'என்ர மோன் ரண்டாம் பிள்ளையாய் வந்திருக்கிறார்... அதுதான்...' என்று சொன்னபோது, அவரின் கண்களிலிருந்து கண்ணீரே சிந்தியதை நேரில் பார்த்தேன். சொந்தங்கள், நண்பர் குடும்பங்கள் வீட்டுக்கு வந்து அந்த மகிழ்ச்சியில் பங்குகொண்டு ஆட்டுப்பால் தேநீர் குடித்துப் போயின.

ஐயாவுக்கு அந்த ஆண்டில்தான் அந்த அவத்தான மரணம் நிகழ்ந்தது. அதன்பிறகு எனது படிப்பு மறுபடி 20-25க்கு பாய்ந்து சென்றுவிட்டது. அம்மா அடுப்புப் புகட்டின் முன்னாலும், தனியே சுவரோரம் சாய்ந்திருந்தும் விடும் கண்ணீருக்கு நானே காரணமென்பதுகூட அப்போது கவனத்தில் படாதவனாய் இருந்தேன். ஆனால் இப்போது என் ஒழுகலாற்றின் திருப்பம் வீட்டில் தரித்திருக்கவும், பள்ளி வரவில் ஒழுங்கைக் கொடுக்கவும் இயல வைத்திருக்கிறது. ஏற்கனவே நான் 'விஷய'ங்களால்

வயதுக்கு அதிகமாக வளர்ந்திருந்தநிலையில் அந்த மீட்சியைக் கனவுகூடக் கண்டிருக்க முடியாததாய் இருந்தது.

நான் அக்கறையோடு படித்தேனென்றால், அன்று சிவராணி என்மீது கோபித்துப் பாய்ந்ததைத்தான் முதன்மையாகச் சொல்லவேண்டும். கடவுளே! என்னவொரு உக்கிரம் அவளது வார்த்தைகளில்!

அதை நான் விரும்பவில்லையெனினும் அதுவே எனக்கு நன்மையைச் செய்ததாகிவிட்டது. அது என்னை அவமானமாய் அழுத்தியிருந்தும் பெருமைகளைக் குவிக்கும் வழியையும் திறந்துவிட்டது. என் விளையாட்டுத் திறமைகள் உயரத் தொடங்கியதோடு, கல்வி நிலையிலும் பெரிதான முன்னேற்றத்தைக் காட்டியது.

மூன்றாம் தவணைப் பரீட்சை நெருங்கியது. சங்கரப்பிள்ளை வீட்டில் லீலாவதிமேல் படி... படியென அழுத்தமேறியது. பத்து பத்தரை மணிவரை அவளது வீட்டு விறாந்தையில் கைவிளக்கெரிந்தது கண்டேன். அவளது படிப்பின் சத்தமும் அந்நேரம் வரை கேட்டுக்கொண்டே இருந்தது.

நான் உற்சாகமாகவே படித்தேன். அம்மாவும் தேநீர் வைத்துத் தந்து என் உறக்கநிலை கலைத்துக் கொண்டிருந்தார்.

தவணைப் பரீட்சை முடிந்தது. அந்த முறை நான் மகாலட்சுமி அம்மாவையுமே முந்திவிட்டிருந்தேன். அந்தமுறை நான்தான் வகுப்பில் முதலாவது பிள்ளை.

அறிந்தபோது மகாலட்சுமி அம்மா மேசையில் தலையைக் கவிழ்ந்து கிடந்து வெகுநேரமாய்க் குலுங்கினாள்.

முதல்நாளே எனது வகுப்பு நிலை ஓரளவு அம்மாவுக்குத் தெரிந்திருந்தது. அம்மாவும், தங்கச்சியும்கூட, மகிழ்ச்சியாக இருந்தார்கள்.

20

மறுநாள் விடிந்தபொழுது விடுதலைக் காலத்தின் முதல் நாளாக இருந்தது.

அன்றிலிருந்து சுமார் ஒரு மாத காலத்துக்கு விடுமுறை. மாரிக்காலம் அலைச்சலுக்குச் சுகமான காலம்தான். மழையும் வெள்ளமுமாய் அது குளிர் பத்திப்போயிருக்கும்.

அந்தக் காலம் முயல் வேட்டைக்குச் செல்லலாமென இரத்தினம் சொல்லியிருந்தான். அவனிடமிருந்த வீமன் அருமையான வேட்டை நாய். முயலைக் கிளப்பிவிட்டால் கழுத்துப் பிடியில் இறைச்சியாய்க் கொண்டுவரக்கூடிய வல்லபம் கொண்டது. நாய்க்குத் தப்பினாலும் இரத்தினத்தின் கொட்டன் வீச்சுக்கு எந்த வேக முயலும்கூட தப்பிவிட முடியாது.

கோடை வேட்டையைவிட மாரி வேட்டை வித்தியாச மானது. அதை இரத்தினம் சொல்லும்போது கேட்டால் அப்போதே வேட்டைக்குக் கிளம்ப மனம் உந்தும். பொழுதுபடுகிற வேளையில் அவ்வழி வந்த இரத்தினம் படலையில் நின்று கூப்பிடப் போனேன்.

'ராவைக்கு மழை வரும்போலக் கிடக்கு. காலமை வெளிச்சிருந்தா வெளிக்கிடுவம்' என்று சொல்லிப் போனான்.

எல்லாம் கவனித்திருந்த அம்மா, 'என்னவாம், ரத்தினம்?' என்று கேட்டார். நான் வேட்டைக்குப் போகவிருக்கும்

விஷயத்தைச் சொன்னேன். அம்மா யோசித்துவிட்டு, 'கவனம்' என்று மட்டும் சொன்னார். ஐயா, இரத்தினத்தின் தகப்பனோடு கூடி வேட்டைக்கு முன்பு சென்றிருந்ததை அவர் நினைவுகொண்டிருக்கக்கூடும்.

அன்று மழையானதால் ரத்தினம் சொன்னபடி வேட்டைக்குச் செல்ல இயலவில்லை. இரவு பழைய புத்தகங்களைக் கட்டி வைத்துவிட்டு நான் நிமிர, வெளியே சென்றிருந்த அம்மா ஒரு கட்டுப் புத்தகங்களோடு வந்துசேர்ந்தார். போன ஆண்டு அரசாங்க இறுதிப் பரீட்சை எழுதியிருந்த மாணிக்கவாசகத்திடம் பழைய புத்தகங்களுக்குச் சொல்லி வைத்திருப்பதாக அவர் சொல்லியது ஞாபகம் வந்தது.

மேசையிலிருந்து நான் மாணிக்கவாசகத்தின் புத்தகக் கட்டைப் பிரித்துப் பார்த்துக் கொண்டிருந்தேன். அப்போது எட்டாம் வகுப்பு எனப்பட்ட ஜே.எஸ்.ஸி.க்கு மேலே ஜி.ஸி.இ. சாதாரண தரம். அது இரண்டு பிரிவுகளைக் கொண்டிருந்தது. ஒன்று, இரண்டாண்டுகளைக் கொண்ட கலைப் பிரிவு. மற்றது மூன்றாண்டுகளைக் கொண்ட விஞ்ஞானப் பிரிவு. அந்தப் பிரிவில் கணிதம், ஆங்கிலம் ஆகிய பாடங்களில் சிறந்த புள்ளிகளைப் பெற்றவர்களே அனுமதிக்கப்பட்டார்கள். அம்மாவின் விருப்பம் நான் பெற்ற புள்ளிகளோடு இணைந்ததாய் விஞ்ஞானப் பிரிவாக இருந்தது. ஆனால் எனக்கு கலைப் பிரிவில் சேரவே விருப்பமிருந்தது. சரித்திரம், குடியியல், பூமிசாத்திரம் போன்ற பாடங்களில் எனக்கு இயல்பாக இருந்த விருப்பத்தினாலன்றி, இரண்டு வருடங்களில் அரசாங்கப் பரீட்சை எடுக்கலாமென்பதால் அது. முன்பொரு காலம் சித்தியடையாமல் வீணாக்கிய ஓராண்டை அதன்மூலம் திரும்பப் பெற்றுவிடும் கனவு.

சாப்பாட்டுக்கு மேலே அம்மா கேட்டார், எனக்கு எந்தப் பிரிவு விருப்பமென்று.

நான் சொன்னேன்.

'மாணிக்கவாசகம் நீ சயன்ஸ் பாடம் எடுக்கிறதுதான் நல்லமெண்டிது. இன்னும் வேற ஆக்களையும் கேட்டுப் பாப்பம்' என்றார் அம்மா. நான் அவர் அபிப்பிராயத்தை மறுத்து ஒன்றும் சொல்லவில்லை. அவரது ஆசைகளை நான் கௌரவிக்கவேண்டும்.

இருபத்தைந்து மாணவர்களுள்ள வகுப்பில் பதினைந்தாவது இருபதாவது இடத்தை எடுத்துவந்த நான், ஒருமுறை இரண்டாம் இடத்தை எடுத்ததற்கே ஐயா கண்ணீர்விட்டுக் கசிந்திருக்கிறார். இன்று நான் வகுப்பிலே முதலாம் இடம். ஐயா இருந்திருந்தால் எவ்வளவு சந்தோஷமடைந்திருப்பார்! எவ்வளவு ஆதரவாக என்னை சைக்கிளில் ஏற்றி வீட்டுக்கு கூட்டிவந்திருப்பார்! 'என்ர மோன், முதலாம் பிள்ளையாய் வந்திருக்கிறா'ரென தன் நண்பர் உறவினர்க்குக் கூறி எவ்வளவு குதூகலம் காட்டியிருப்பார்!

எண்ணியபோது எனக்கு கண்கலங்கியது.

தந்தை மகற்காற்றும் நன்றியைச் சொன்ன திருக்குறளை ஐயா அறிந்திருக்க வாய்ப்பில்லை. 'தாயொடு அறுசுவை போம்; தந்தையொடு கல்வி போம்' என்ற பழம்பாடல் அடிகளையாவது கேட்டிருப்பாரோ தெரியாது.

ஆனால் அந்த உணர்வு உள்ளதாகவே பெரும்பாலும் எல்லாத் தந்தையரின் மனநிலையும் இருப்பதாக எனக்குப் படுகிறது. அதனாலேயே எனது முதலாவது நாவலான 'உயிர் பயண'த்தை என் அம்மாவுக்கல்ல, தந்தைக்கே சமர்ப்பணமாக்கினேன்.

21

சிவராணியுடன் சம்பந்தப்பட்ட விஷயத்தை எழுத வேண்டாமேயென்றுதான் இருந்தேன். என் முழு வாழ்க்கையுமே இப்படியாகத்தான் இருந்ததென யாரும் கருதிவிடக்கூடாதென்பதனால் அது. ஆனால் ஒரு நிலைமாற்றுத் தருணத்தின் விளக்க அவசியம் கருதி அது தேவையென்று இப்போது பட்டிருக்கிறது. மன உணர்வுகளைத் திகம்பரமாய் வெளிப்படுத்துவதே என் தீர்மானமாய் இருக்கிறவகையிலும் இனி அதைத் தவிர்ப்பதற்கில்லை.

பெண்கள் எங்கோ பிறந்து வளர்ந்து கல்யாணமாகி அங்கே வாழ வருகிறார்கள் அல்லது அங்கே பிறந்து வளர்ந்து கல்யாணமாகி எங்கோ வாழப் போகிறார்கள். ஒரு தொடர்ச்சி அதனுள் உழன்றுகொண்டே இருக்கிறது. வண்ணக்கிளி அங்கிருந்து சென்ற சின்னாட்களில் என் பிரிவேக்கம் காணாமலாகி அது வேறொருவருடனான வேறொருவகை நட்பாகியது. எங்கிருந்தோ வந்திருந்த அந்த வசந்தாக்காவும் ஒருபோது வந்ததுபோல் அங்கிருந்து போய்விட எனக்கு அணுக்கமாக பின்னால் ஆகிய சிவராணி அங்கே வந்துசேர்ந்தாள்.

இந்த ஒழுங்கில் எண்ண எதுவுமில்லையென்றாலும், எனக்குத் தொடுப்பாகியவர்கள் பெண்களாகவே ஏன் இருந்தார்களென்பதில் யோசிக்க கொஞ்சம் இருப்பதுபோல் தெரிகிறது. என் மெலிந்த உடம்பும், அரும்பத் தயங்கிய

முகமுடியினால் என் வயது அடங்கியே இருந்துவிட்டதும் என்னை பெண்கள் இன்னும் 'சின்னப் பெடிய'னாயே எண்ணி அணுக வாய்ப்பாக அமைந்திருந்ததோ?

சிவராணி தம்பிராசண்ணையைக் கல்யாணம் செய்து கொண்டு எங்களூர் வந்து ஓராண்டாகியிருந்தது. தம்பிராசண்ணைக்குச் சந்தை யாவாரம். வெற்றிலை, சீவல் பாக்கு, புகைப் பாக்கு, பன்னீர்ப் பாக்கு, புகையிலை விக்கிற கடை. ஆள் நோஞ்சான் மட்டுமில்லை, சயரோகக்காரனும். அதற்கு காங்கேசன்துறை காசநோய் ஆஸ்பத்திரியில் மருந்து எடுத்ததாகத்தான் தெரிந்தது. பெரிய நன்மை அதனால் ஏற்பட்டதாகத் தெரியவில்லை. தம்பிராசண்ணை நடக்கும்போது விடும் களைப்பும் இழுப்பு மூச்சும் அதைத் தெரிவித்துக் கொண்டிருந்தன.

ஏற்கனவே கண்ட அறிமுகமிருந்தாலும் கூப்பன் கடையில் ஒருநாள் சந்தித்தபோதுதான் சிவராணியோடு கதைக்க எனக்கு வாய்ப்புக் கிடைத்தது. பேச்சுவாக்கிலேதான் 'நச்சுப் பாவை'யென்ற ஒரு சொல் அவளிடமிருந்து பிறந்தது. நான் சிக்கெனப் பிடித்துக் கொண்டேன். 'நச்சுப் பாவை' பி.எஸ்.ஆரின் பத்து பாகங்கள்கொண்ட துப்பறியும் மர்ம நாவல். பத்தில் இரண்டோ மூன்றோ வாசித்திருக்கிறேன். என் ஆக்கினையில்தான் பத்தும் இரவல் வாங்கி வாசித்ததாகச் சொன்னாள்.

'இப்ப நீங்கள் வாசிக்கிறேல்லையாக்கா?'

இங்கே அதிகமாக வாசிப்பவர்கள் இல்லையென்றும், அதனால் இரவல் எடுக்க முடியாதிருப்பதையும் சொல்லிக் குறைப்பட்டாள்.

'எத்தினையாம் வகுப்பில படிப்பு முடிச்சியள்?'

தான் எஸ்.எஸ்.சி. எடுத்த விபரம், ஐந்து பாடங்கள் சித்தியானது, திரும்ப எடுக்கிற எண்ணமில்லாததென எல்லாம் தெளிவாகத் தெரிவித்தாள். அதனால்தான் புத்தகம் எல்லாவற்றையும் தாய் வீட்டிலேயே விட்டுவிட்டு வெறுங்கையோடு வந்ததாகச் சொல்லிச் சிரித்தாள். நான் வாசிப்பவனாக இருந்தால் தனக்கும் எடுத்துத் தரச் சொன்னாள்.

அந்த வெளிப்படையும் ஓட்டைவாயும் எனக்குப் பிடித்திருந்தன. சிவராணி எப்போதும் கலகலத்தபடியே இருப்பாள். யாராவதுடன் அல்லது தன்னுடனாக.

தம்பிராசண்ணை எட்டாம் வகுப்போடு படிப்பை நிறுத்தியவரென்று ஊரிலே சொல்லக் கேட்டிருக்கிறேன். எட்டாம் பொருத்தமும் அவர்களுக்குள் அற்றுப்போனது எனக்குக் கூடிய சாகசத்துக்கான வழியாய்த் தெரிந்தது. என் கவனக்குவிவு அச்சொட்டாக அவள் வசந்தாக்கா மாதிரியே இருந்ததினாலேதான். அதே உயரம், அதே நிறம், அதே மொத்தம், அதே சுருண்ட நீளமான கூந்தல். மட்டுமில்லை, அதே நெற்றி, அதே சொண்டு, அதேயளவான நெஞ்சப் புடைப்புகள்.

வீட்டிலிருந்து கூப்பன் கடைக்கு ஒன்றரை மைல் தூரம். மண் றோடும் கல் றோடும் தாண்டிச் செல்லவேண்டும். தலைச் சுமையில்தான் சிவராணி அரிசி, மா, மண்ணெண்ணெய் போன்ற சாமான்களை வீட்டுக்குக் கொண்டுசெல்பவளாய் இருந்தாள். அன்று தாமதித்து நின்று அவளது சாமான்களையும் நானே கொண்டுவந்து தருவதாகச் சொன்னேன்.

‘கடகத்தை சைக்கிள்ள வைச்சுக்கொண்டு ஓடேலாது’ என்று சிவராணி மறுக்கத்தான் செய்தாள். ‘ஓடேலாதுதான், நடந்து வரலாமெல்லோ?’ என்று சொல்லி ஒருவித

வற்புறுத்தலோடுதான் கடகத்தை வாங்கி சைக்கிளில் வைத்துக்கொண்டு வந்தேன்.

அடுத்த கிழமை ஒரு சனி மாலை சிவராணியே கேட்டாள், 'தம்பி, சங்கக்கடைக்கு எப்ப போறிர்? போகேக்க சொல்லும், நானும் வாறன்' என்று.

நாளடைவில் சங்கக் கடைக்கு அவளை சைக்கிளில் முன்னுக்கு ஏற்றிக்கொண்டு செல்லும் நிலையும் தோன்றி விட்டது. நாலைந்து மாதங்களில் வீட்டில் போயிருந்து பிறரறியாமல் பீடி புகைக்கும் உரிமையும் எடுத்துக் கொண்டேன்.

ஒருநாள் மாலை. மழை இரைத்துக்கொண்டு வந்தது. கடையில் பீடி வாங்கிக்கொண்டு சிவராணி வீட்டுக்குத்தான் சைக்கிளை மிதித்தேன். ஆயினும் உள்ளே போவதற்குள் பாதி நனைந்துபோனேன். என் கோலத்தைப் பார்த்து சிரித்துக்கொண்டே சிவராணி தேநீர் குடிக்கக் கேட்டாள். நான் வேண்டாமென்று பீடி பற்றவைக்க நெருப்புக் கேட்டேன். மேசை லாந்தருக்கு அருகே இருந்த நெருப்புப் பெட்டியை எடுத்து கிலுக்கிப் பார்த்து அதனுள் குச்சிகளில்லை என்று தெரிந்துகொண்டு, 'அடுப்பில நெருப்பிருக்கு, போய் எடுக்கிறியா?' என்றாள். 'எடுத்துத் தாக்கா' என்றேன் குளிரில் உடம்பைச் சிலிர்த்த நான்.

சிவராணி 'பஞ்சி பிடிச்ச பெடியன்' என்று என் முதுகிலே தட்டிவிட்டு அடுப்படிக்குப் போனாள்.

என் மனம் கள்ளப்பட்டுக் கிடந்ததில், நான் பின்னாலயே போய் அடுப்படிக்குள் நுழைந்தேன்.

எதுவும் செய்யவில்லை நான். தொடவில்லை, முட்ட வில்லை, பின்னால் நின்றது மட்டுமே. 'சீ நாயே!' சீறித்

திரும்பினாள் சிவராணி. 'உந்த எண்ணத்தோடயோடா என்ர பின்னாலயும் முன்னாலயும் திரிஞ்சனி? படிக்கிற பிள்ளை, தம்பிமாதிரியெண்டு சிரிச்சுக் கதைச்சா, மனிசியாக்கலாமெண்டு நெச்சிட்டியோ? போடா, வெளிய. இனிமேப்பட்டு இந்த வாசல் மிதிக்கப்படாது.'

எனக்கு அஞ்சும் கெட்டு அறிவும் கெட்ட நிலை. ஒரு வார்த்தை சொல்ல நா எழவில்லை. சிரமப்பட்டு, 'நெருப்புக் கொள்ளி எடுக்கத்தான்... வந்தனான்...' என்று தடுமாறினேன்.

'போய் கொம்மாவிட்டக் கேள், நல்ல கொள்ளியாய் எடுத்துத் தருவா.'

நான் மழையையும் பொருட்படுத்தாமல் வெளியில் இறங்கினேன்.

பின்னால் அவளை நான் நேர்முட்டாய்க் கண்டதே இல்லை. இரண்டு ஆண்டுகளின் பின் நான் ஓ.எல். எழுதவிருந்த சமயம் தம்பிராசண்ணை காலமானார். பிறகு கனகாலம் சிவராணி அந்த ஊரில் இருக்கவில்லை.

வசந்தாக்காவின் நினைப்பில் எப்போதாவது நான் அடைய ஒரு திருப்தியிருந்தது. வசந்தாக்காவை இழந்தாலும், 'அக்கா'வை நான் கொல்லவில்லை என்பதுதான் அது. சிவராணி விஷயத்தில் என் நினைப்புக்குக் கிடைத்ததோ ஒரு கழுவேற்றம். அப்படியே என்னைத் தரதரவென இழுத்துப்போய் குதம் கிழித்து, நெஞ்சு துளைத்து, மண்டை பிளக்க அவள் என்னைக் கழுவேற்றியிருந்தாள்.

என் மனக்கசடின் காரணமாய் அந்த வலியைப் பொறுத்தாலும் அவளது சீற்றத்தின் காரணத்தை என்றும் அறிந்திருக்கவேயில்லை. அவளுள்ளே காலகாலத்திற்கும்

எதற்கென்றில்லாதிருந்த கோபமா அவ்வாறு சீறியது? ஒருவேளை, கணவனின் பலஹீனத்தால் எவரது அணுக்கத்தையும் ஐயத்துடன் காணுவதன் வெடிப்போ அது? அல்லது என் மனத்தைப் படிக்கத்தான் சரியாக முடிந்து சரிவுகளிலிருந்து தப்பித்திருந்தாளோ?

இல்லை, அவை எதுவுமேயில்லை. அது உண்மையாகவே எனது வாழ்க்கைத் திசைமாற்றத்தை உந்திய காலத்தின் கடுவிசையெனவே அதை நான் வசதியாகப் பாவித்துக் கொள்ள வேண்டும்.